కాల పదాలు

నిఘంటువు

డా. మల్లెగోడ గంగాప్రసాద్

ఛాయ ప్రచురణలు
హైదరాబాద్

KAALAPADALU
Dictionary of synonyms
Author: DR. MOLLEGODA GANGAPRASAD

First Edition:
May, 2023

Copies: 500

Published By:
Chaaya Resources Centre
103, Haritha Apartments,
A-3, Madhuranagar,
HYDERABAD-500038
Ph: (040)-23742711
Mobile: +91-70931 65151
email: chaayaresourcescenter@gmail.com

Publication No.: CRC- 97
ISBN No. .978-93-92968-60-0

Cover and Book Design: Kranti

For Copies:
All leading Book Shops
https:/amzn.to/3xPaeId
bit.ly/chaayabooks

చిట్టి పొట్టి పలుకుల ముద్దుల నా బిడ్డ **దివిజ వాహినికి**, మమ్మల్ని అపురూపంగా చూసుకుంటున్న నా సహచరి **రేణుకకు** తన ఓపికకు

ఈ **'కాలపదాలు'** పుస్తకం **అంకితం**

కాలగతి గనుట శాంతికి
మూలంబై యంతరంగమున కాత్మమయ
త్వాలంబనంబు నిచ్చు ద
దాలీనుండైన పురుషుడక్షోభ్యుడగున్ శాంతి, 4-447

విషయ సూచిక

కొత్త ప్రయత్నం

మానవ మేధ సృష్టించిన అత్యున్నత ఆవిష్కరణ భాష. ప్రపంచ వ్యాప్తంగా ఉన్న మానవ సమూహాలన్నీ 'భాష'ను తమ భావ వ్యక్తీకరణకు సాధనంగా ఏర్పరచుకున్నాయి. ధ్వని ప్రధానమైనది భాష. ఆ సమాజంలోని వ్యక్తుల సమూహ కృషి, ఒడంబడికల ద్వార భాష వినిమయం జరుగుతుంది. కాల ప్రవాహంలో శబ్దాలకు అర్థాలు మారుతుంటాయి. కొత్త అర్థాలు చేరుతుంటాయి. వాఙ్మయం ఉన్న భాషలకు ఏ కాలానికి ఏ అర్థం ఆ శబ్దం కలిగి ఉందో తెలుసుకోవడం అత్యంత అవసరం. అది తెలియనప్పుడు ఆ వ్యక్తీకరణ ఇచ్చే సంపూర్ణ అర్థాన్ని అదే స్థాయిలో అందుకోలేము. దీనిని గుర్తించే నిఘంటువులు భాషలలో రూపు దిద్దుకున్నాయి.

శబ్దార్థాల జ్ఞానం వ్యవహర్తల భాష సామర్థ్యాన్ని పెంచుతుంది. సాహిత్య భాష విద్యార్థులకు ఇది మరింత ముఖ్యమైనది. 'కవిత్రయ భారతం – కాలస్పృహ' అన్న అంశంపైన మల్లెగోడ గంగాప్రసాద్ మంచి పరిశోధన చేశారు. ఆ సందర్భంగా వీరి సిద్ధాంత వ్యాసం పరీక్షకులుగా నేను చూడటం తటస్థించింది. మంచి విషయం. కాలానికి సంబంధించిన పదాల చర్చ ఉండటం వలన నిఘంటువును నిర్మించమని సూచించడమైనది. గంగాప్రసాద్ గారు ఆ సూచనను నిజాయితీగా తీసుకొని నిఘంటువును నిర్మించి తీసుకొని వచ్చినప్పుడు

ఆశ్చర్యం, ఆనందం కలిగింది.

కాలాన్ని గణించడం మూడు విధాలుగా ఉంటుంది. దూరం, కాంతి, ధ్వని ప్రమాణాలతో కాలాన్ని కొలుస్తారు. రెప్పపాటు(కనురెప్ప ప్రయాణించే దూరం) ఒక ప్రమాణం. వాలు ఎండలో ధూళి కణంపై పడే కాంతి ప్రతిబింబన(ఆ కణంపై పడే మెరుపు కాలం) ఒక ప్రమాణం. ఉచ్చరిత ధ్వని పలికే కాలం ఒక ప్రమాణంగా కాలాన్ని గణించడం ప్రాచీన కాలం నుండి జరుగుతున్నది.

'కాల' శబ్దానికి మరొక అర్థం నలుపు. ఈ రెండింటి ఆధారంగా ఎన్నో పదాలు భాషలో ఏర్పడ్డాయి. కొన్ని ప్రతీకలుగా కూడా మారాయి. ఇలా ఒక శబ్దాన్ని ఆశ్రయించి నిఘంటువును నిర్మించడం ఇది ప్రథమం(నాకు తెలిసినంత వరకు). విద్యార్థులకు భాషాధ్యయన పరులకు ఇది మంచి కరదీపిక. పరిశోధకులు దీనిని స్ఫూర్తిగా తీసుకొని వారి వారి రంగాలలో నిఘంటువును కూర్చినట్లయితే భాషాసేవ చేసినట్లే.

గంగాప్రసాద్ గారు ఈ రంగంలో మరింత కృషి చేయాలని ఆకాంక్షిస్తూ శుభాభినందనలు.

ఆచార్య రెడ్డి శ్యామల

నిఘంటు నిర్మాణ శాఖాధ్యక్షులు,

భాషాభివృద్ధి పీఠాధిపతి,

పొట్టి శ్రీరాములు తెలుగు విశ్వవిద్యాలయం.

సీరియస్ పరిశోధకుడు

ఒక పరిశోధన చేసిన తర్వాత, దానికి డాక్టరేట్ పట్టా వచ్చాక, పరీక్షకుల సూచనలను అనుసరించి ఆ పరిశోధనకు కొనసాగింపు పరిశోధనను చేయడం దాదాపు అరుదుగా జరుగుతుంది. నా దృష్టిలో చాల సీరియస్ పరిశోధకులు మాత్రమే అటువంటి పనికి పూనుకుంటారు. మా సెంట్రల్ యూనివర్సిటీ పరిశోధకుల్లో అటువంటి సీరియస్ నెస్ ఉన్న పరిశోధకులు ప్రతి బ్యాచిలో ఇద్దరు, ముగ్గురుంటారు. అలాంటి వారిలో డా. మల్లెగోడ గంగాప్రసాద్ ఒకరు.

తను చేసిన కవిత్రయ భారతం కాలస్పృహ పరిశోధనకు మా యూనివర్సిటీ అందించే ఉత్తమ పరిశోధన(గోల్డ్ మెడల్) అవార్డు వచ్చింది. అయినా కూడా ఆ పరిశోధనకు కొనసాగింపుగా కాలం మీద ఇంకా పరిశోధన చేస్తూనే ఉన్నాడు. ఇలా పుస్తకాల రూపంలో మన ముందు పెడుతున్నాడు. 2022 'కాల దృక్పథం' పేరుతో ప్రాచీన తెలుగు సాహిత్యంలో కాలాన్ని పరిశోధించి అందరి మన్ననలు పొందాడు. ఇప్పుడు 'కాల పదాలు' పేరుతో ఒక నిఘంటువును కొత్త కోణంలో తన పరిశోధనకు కొనసాగింపుగా తీసుకువస్తున్నారు.

'కాల' అనే ఒక చిన్న శబ్దాన్ని ఆధారం చేసుకుని తెలుగు భాషలో అనేక పదాలు, అర్థాలు ఏర్పడ్డాయి. వాటన్నిటిని పరిశీలించడం నిజంగా మెచ్చుకోదగిన అంశం. నిజానికి ఇది మరో ఎంఫిల్ థిసిస్ రాసినంత పని. తెలుగు సాహిత్యంలో, వివిధ నిఘంటువులలో ఉన్న కాల పదాలను ఒక్క చోట చేర్చడం తెలుగు

భాషకు ఒక రకమైన సేవ చేయడమే. దానికి చాలా ఓపిక, శ్రమ కావాలి. అందుకు మల్లెగోడ గంగాప్రసాద్‌ను అభినందిస్తున్నాను. ఇటువంటి పరిశోధనలను నేను స్వతహాగా ప్రోత్సహిస్తుంటాను. కాలం అనే పదం ఎన్ని రూపాలలో, ఎన్ని అర్థాలలో వచ్చిందో ఈ పుస్తకాన్ని తెరిచి చూస్తే తెలుస్తుంది. ఇలాంటి పరిశోధన ఆయా కుల వృత్తుల పదాలకు, సాహిత్యానికి అన్వయిస్తే మంచి మంచి విషయాలు బయటపడతాయి. కొత్త కొత్త వ్యక్తీకరణలు వెలుగులోకి వస్తాయి. భావి పరిశోధకులు ఆ దిశగా ఆలోచన చేయాలి.

గంగాప్రసాద్‌ను ఒక విద్యార్థిగా ఉన్నప్పుడే అతడిలో పరిశోధనా దాహాన్ని గమనించాను. ఆ దిశగా అడుగువేయమని ప్రోత్సహించాను. పరిశోధన పూర్తి చేసిన వెంటనే మా విశ్వవిద్యాలయంలోనే డా. మల్లెగోడ గంగా ప్రసాద్ కొన్నేళ్ళ పాటు గెస్ట్ లెక్చరర్‌గా పనిచేశారు. ఆ సమయంలో విద్యార్థులకు ఎంతో ప్రేరణ కలిగిస్తూ పుస్తక సమీక్షలు చేయించడం, విద్యార్థి సదస్సులు నిర్వహించడం, విద్యార్థులలో ఉన్న సృజన శీలతను బయటికి తీసుకొచ్చే అనేక పనులు చేపట్టడం నేను గమనించాను. ఈ లక్షణం విద్యార్థులను దేశానికి ఉపయోగపడే ఉత్తమ పౌరులుగా తీర్చిదిద్దాలని తపన ఉన్న వాళ్ళకు మాత్రమే సాధ్యం. అది మా గంగాప్రసాద్‌కి ఉందని చెప్పడమే నా ఉద్దేశం. ఇంకా చాలా మంచి మంచి పరిశోధనలు చేసి తెలుగు సాహిత్యానికి, భాషకు, పరిశోధనకు సేవ చేయాలని కోరుకుంటున్నాను. శుభాకాంక్షలు మిత్రమా.

ఆచార్య దార్ల వెంకటేశ్వర రావు

తెలుగు శాఖ అధ్యక్షులు,

హైదరాబాద్ విశ్వవిద్యాలయం.

కాలార్ధవివరణ

బ్రౌణ్యంలో 'కాలం' అనేదానికి noun singular అని ఉంది. Time, occasion, period, season, weather, tense of a verb అన్న అర్థాల్ని తెలిపారు. శంకర నారాయణ నిఘంటువులో, బ్రౌణ్యంలో ఉన్నవే కాకుండా opportunity, death, fate, destiny, black colour అన్న అర్థాలున్నాయి. ఇక శబ్దరత్నాకరములో 'కాల' పద సం.వి.అ.స్త్రీ గా సూచించబడింది. కలిగొట్టు, నల్లజీలకర్ర, తెల్లతెగడ, నీలి, మంజిడి, సమయము, నలుపు, చావు, అన్న అర్థాలను తెలిపారు. శ్రీ సూర్యరాయాంధ్ర నిఘంటువులో 'క్రూరము' అన్న విశేషణము ఉంది. విశేష్యాల్లో వేళ, తటిపొద్దు, తాళ ప్రమాణ విశేషణము, ఎఱ్ఱ చిత్రమూలము, మూడు అను సంఖ్య, రాలము, తాటిచెట్టు, మద్దిచెట్టుజిగురు, ఇనుము, కాలయకము అను గంధ ద్రవ్యము, కక్కోలకము అనే అర్థాలు శబ్దరత్నాకరం నిఘంటువులో కంటే అదనంగా ఉన్నాయి.

తెలుగు అకాడమీ వారు ప్రచురించిన తెలుగు నిఘంటువులో కూడా పైన చెప్పిన అన్ని అర్థాలు కనిపిస్తున్నాయి. 'దుష్టమైన' అన్న అర్థం అదనంగా సూచించారు. బాల సరస్వతీ తెలుగు - ఇంగ్లీష్ నిఘంటువులో black-barked tree, the indigo plant, cumin seed అని అర్థ వివరణ ఇచ్చారు. 'Destiny' అన్న అర్థం కూడా ఉంది. ఇలా కాల/కాలం అన్న పదానికి ఇంగ్లీష్ లో15,

తెలుగులో 20 అర్థాలు నిఘంటువులో ఉన్నాయి. ఇంగ్లీష్, తెలుగు కలిసి ఒకే అర్థానిచ్చేవి, వేరువేరు అర్థాల్నిచ్చేవి కూడా ఉన్నాయి. Fate, opportunity, destiny, cumin seed అనే అర్థాలు తెలుగు నిఘంటువుల్లో లేవు. క్రకూరము, ఎఱ్ఱచిత్రమూలము, మూడు అనుసంఖ్య, రాలము, ఇనుము, దుష్టమైన అన్న అర్థాలు తెలుగు ఇంగ్లీష్ నిఘంటువుల్లో లేవు. ఇంకా మిగిలిన పదాలు దాదాపు సమానార్థకాలుగా ఉన్నాయి.

'కాల'/కాలం అంటే సమయంతో పాటు నలుపు, అదృష్టము, దురదృష్టము, ఇనుము, చావు అన్న అర్థాలు ప్రత్యేకంగా ఉన్నాయి. 'తెల్లతెగడ' పదం మిగతా పదాలన్నిటికంటే భిన్నమైనదిగా తోస్తుంది. 'కాల' శబ్దంతో ఇతర పదాలు కలిసి పదబంధంగా ఏర్పడి వివిధ అర్థాల్ని ఇస్తున్నాయి. అలా పైన చెప్పిన అర్థఛాయలతో ఉన్న పదాలు ఎక్కువగా ఉన్నాయి. వీటిలో కూడా ప్రత్యేకమైన అర్థాన్నిచ్చే పదబంధాలు ఉన్నాయి.

కాలపృష్ఠము – Name of the bow of Karna,

కాలక్రమము – Current rate,

కాలఖండము – The wheel of time (కాల చక్రం)

కాలజ్ఞుడు – An astrologer (బౌణ్యం)

'కాల కంఠము' అన్న పదబంధానికి నల్లని కంఠం కలిగిన పక్షులన్నీ వచ్చాయి. ఊరపిచ్చుక, కాటుకపిట్ట, కూకురుగుడెంగ, నెమలి. అంతే కాకుండా అలక్ష్మీ, పెద్దమ్మ, శివుడు, యముడు, దరిద్ర దేవత అనేవీ ఉన్నాయి. 'కాలటుక' అంటే కుండలుంచటానికి రెండు మొనలు ఇరుప్రక్కల గోడలయందు పొదిగి కాళ్ళనుంచి అడ్డంగా

అమర్చిన మ్రాను కావడి బద్ద అని అర్థం ఉంది.

కాలం అను పదం రకరకాల అర్థాలను కూడా కలిగి ఉంది. కాల శబ్దానికి ఇతర పదాల కలయికతో కూడా అర్థాల్లో మార్పు ఏర్పడింది. ముఖ్యంగా నామలింగాను శాసనం అమరంలో కాలవర్గం అనే ప్రత్యేక విభాగం ఉంది. తెలుగులో వచ్చిన నిఘంటువుల్లో 'కాల' పద అర్థ వైచిత్రిని విశ్లేషించిన విధానాన్ని అందరికి అందించాలనే సంకల్పంతో ఈ నిఘంటు నిర్మాణాన్ని తీసుకువస్తున్నాను. దాదాపు మూడు సంవత్సరాలు అన్ని నిఘంటువులు సేకరించి అందులో కాల పదాలను వేరు చేసి ఇలా మీ ముందుంచే ప్రయత్నం చేస్తున్నాను.

డా. మల్లెగోడ గంగాప్రసాద్

హైదరాబాద్

ప్రచురణ కర్తల మాట

నిఘంటువు అనగా పద అర్థములను తెలియజేసే గ్రంథము అనే అర్థమూ, శబ్దకోశము అనే అర్థమూ ఉన్నాయి. ఏదైనా ఒక కొత్త పదాన్ని చదివినప్పుడు దాని అర్థం తెలుసుకునేందుకు నిఘంటువు వెతుకుతాము. ఒక పదానికి అనేక అర్థాలూ ఉంటాయి. ఇదంతా తెలిసిన విషయమే అయినప్పటికీ ఈ సందర్భంలో ఈ విషయాన్ని మళ్ళీ చెప్పుకోవడం అవసరం. మల్లెగోడ గంగాప్రసాద్ 'కాల పదాలు' అనే సమానార్థ/పర్యాయపదాల నిఘంటువును పరిశోధనాత్మకంగా తీసుకువస్తున్నాడు. ఒక్క పదం మీద ఇంత పరిశోధన ఎలా?

కాలం చిత్రమైనది అంటూంటాం. ఒక్క కాలమే కాదూ 'కాల' అనే పదమూ చిత్రమైనది అంటున్నాడు మల్లెగోడ గంగాప్రసాద్. ప్రతి పదానికి సమానార్థాలున్నాయి. ఏ పజిల్స్ నింపుతున్నప్పుడో, అనువాదం చేస్తున్నప్పుడో తప్పా పెద్దగా వీటితో పని ఉండదు. కాని, 'కాలం' అనే ఒక పదాన్ని పట్టుకుని ఓ నిఘంటువును తయారు చేశాడు మల్లెగోడ. తెలుగులో, బహుశా, ఇతర భాషల్లోనూ ఒక పదానికి/శబ్దానికి ఉన్న అనేకార్థాలను ఒక దగ్గరికి చేర్చడం ఇది మొదటిది అనుకుంటాను. 'కాల' అనే శబ్దానికున్నకున్నా అర్థమే గాక ఆ పదం ఇతర పదాలతో కలిసి కొత్త పదంగా ఏర్పడినప్పుడూ వాటి అర్థం మారుతుంది. అట్లా కాల అనే శబ్దం లేక పదం ఎలా ఇంకో పదంతో జతగట్టింది. జతగట్టిన పదం ఏ అర్థాన్ని ఇస్తుంది అనేదీ

పరిశోధన చేశాడు. తెలుగులో నాకున్న ఎరుకలో రాజకీయ పదాలు, విమర్శ పదాల మీద పుస్తకాలు వచ్చినట్లు గుర్తు. అవి రాజకీయ పరిభాషకు, విమర్శలో వాడే భాషకు సంబంధించిన పదాలు. కాని, ఈ 'కాల పదాలు' ఒక్క కాల అనే శబ్దాన్ని భూమిక చేసుకుని పరిశోధన చేసిన అంశం.

అకాడమిక్ పరిశోధన కుంటుపడింది అనే వాదన బలంగా వినబడుతున్న కాలంలో, ఒక్క పదం గురించి విస్తృత పరిశోధన చేసిన ఈ గ్రంథం ఆ వాదనను పూర్వపక్షం చేస్తుంది. ఇంకా అకాడమిక్ పరిశోధన బలంగా ఉందనీ, పరిశోధించే పరిశోధకులు ఉన్నారనే ఋజువును కళ్ళముందు ఉంచుతుంది. పరిశోధకుడు **డా. మల్లెగోడ గంగాప్రసాద్**కు ఈ సందర్భంగా **"ఛాయ"** అభినందనలు తెలుపుతున్నది.

అరుణాంక్ లత

ఛాయ తరఫున

సంప్రదించిన నిఘంటువులు

1. అమరకోశం

– అమరసింహుడు

2. ఆంధ్ర క్రియాస్వరూప మణిదీపిక

– విశ్వనాథ సత్యనారాయణ

3. ఆంధ్ర తమిళ కన్నడ త్రిభాషా నిఘంటువు

- వేదం వేంకటరాయ శాస్త్రి,

డా. సి.ఆర్ శర్మ,

తిరుమల రామచంద్ర.

4. ఆంధ్రదీపిక

– శ్రీమామిడి వేంకటార్యులు

5. ఆంధ్ర మహాభారత నిఘంటువు (రెండవ సంపుటం)

– అబ్బరాజు సూర్యనారాయణ

6. జ్యోతిష్య పదకోశం

– టి. నారాయణ(అనువాదం)

7. తత్వశాస్త్ర నిఘంటువు

– శ్రీ ఎమ్. రాజగోపాలరావు.

8. తెలుగు - ఇంగ్లీష్ నిఘంటువు (Dictionary Telugu - English)

– సి. పి. బ్రౌన్.

9. తెలుగు - తెలుగు నిఘంటువు (తెలుగు అకాడమి)

– బూదరాజు రాధాకృష్ణ,

అక్కిరాజు రమాపతిరావు,

జి. చెన్నకేశవ రెడ్డి,

ఎం. ప్రమీలారెడ్డి.

10. తెలుగు పర్యాయపద నిఘంటువు

– జి. ఎన్.రెడ్డి

11. తెలుగు వ్యుత్పత్తి కోశం (రెండో సంపుటం)

– లంకసాని చక్రధరరావు

12. పత్రికాభాషా నిఘంటువు

– కె. బాలసుబ్రమణియన్, కాచినేని రామారావు,

వడ్లా సుబ్రహ్మణ్యం, ఎం.వి. రమణయ్య.

13. పారమార్థిక పదకోశం

– పొత్తూరి వేంకటేశ్వరరావు

14. పురాణ నామ చంద్రిక

– యెనమండ్రం వెంకట రామయ్య

15. పూర్వగాథాలహరి

– శ్రీవేమూరి శ్రీనివాసరావు

16. మరవరాని మాటలు

– బూదరాజు రాధాకృష్ణ

17. "రామచంద్ర" విద్యార్థి కోశము

– పూతలపట్టు శ్రీరాములురెడ్డి, తాళ్ళూరి ఆర్ముగంపిళ్ల

18. వజ్రకోశం (తెలుగు నిఘంటువు)

– ఆచార్య కడప రమణయ్య

19. వాడుకతెలుగు పదకోశం

– ఆచార్య కేతు విశ్వనాథరెడ్డి

20. వావిళ్ల నిఘంటువు (రెండవ సంపుటము)

– శ్రీపాద లక్ష్మీపతిశాస్త్రి,

బులుసు వేంకటేశ్వరులు,

వేదము లక్ష్మీనారాయణశాస్త్రి

21. విద్యార్థి కల్పవల్లి (పర్యాయపద, వ్యుత్పత్తి పదకోశము)

– శ్రీముసునూరి నారాయణరావు

22. వైద్యక పరిభాష

– శ్రీపాద సుబ్రహ్మణ్య శాస్త్రి

23. శబ్దరత్నాకరం

– బహుజనపల్లి సీతారామాచార్యులు

24. శబ్దార్థ చంద్రిక

– మహాకాళి సుబ్బారాయుడు

25. శబ్దార్థ రత్నాకరము (తెలుగు - తెలుగు నిఘంటువు)

– శ్రీవారణాసి వేంకటేశ్వర్లు

26. శాసన శబ్ద కోశము

– కుందూరి ఈశ్వరదత్తు

27. శ్రీమదాంధ్ర భాగవత నామ సర్వస్వం (శ్రీవేంకటీయం)

– పుత్తా పుల్లారెడ్డి.

28. శ్రీమదాంధ్ర మహాభారత నామ సర్వస్వం (రేవంతీయం)

– పుత్తా పుల్లారెడ్డి

29. శ్రీమద్రామాయణ నామసర్వస్వం (జయలక్ష్మీయం)

– పుత్తా పుల్లారెడ్డి

30. శ్రీసూర్యరాయాంధ్ర నిఘంటువు (ద్వితీయ సంపుటము)

– జయంతి రామయ్య పంతులు

31. శ్రీహరి నిఘంటువు

– రవ్వా శ్రీహరి

32. సంస్కృతాంధ్ర నిఘంటువు

– వెత్సా వెంకటశేషయ్య

సంజ్ఞా వివరణ పట్టిక

అ – అకారాంతము.

(ఇట్లు ఆ, ఇ, ఈ, ఉ, త్, న్ అను వర్ణములు ఉన్నచో ఆయా అంతములుగా చెప్పుకొనెవలెను. ఉదా: అకారాంతము, ఆకారాంతము, ఇకారాంతము, ఈకారాంతము, ఉకారాంతము, తకారాంతము, నకారాంరము అని)

(అ. ఆ. అ.) – పుంలింగ విశేషణమైనపుడు అకారాంతము, స్త్రీలింగ విశేషణమైనపుడు ఆకారాంతము, నపుంసక లింగవిశేషణమైనపుడు అకారాంతము.

(అ, ఆ, ఈ, అ.) – (పుంలింగ విశేషణమైనప్పుడు) అకారాంతము. (స్త్రీలింగ విశేషణమైనప్పుడు) ఆకారాంతము, లేక ఈకారాంతము. (నపుంసకలింగ విశేషణమైనప్పుడు) అకారాంతము.

(అ.ఈ. అ.) – స్త్రీలింగ విశేషణమైనపుడు ఈకారాంతము.

(న్. నీ. న్) – ఇట స్త్రీలింగరూపము ఈకారాంతమగు 'అంతర్ధాత్రీ.

అ.క్రి. – అకర్మక క్రియ.

స. క్రి. – సకర్మక క్రియ

సం – సంస్కృతము.

వి – విశేష్యము.

స్త్రీ – స్త్రీలింగము

పుం – పుంలింగము

న – నపుంసకలింగము.

విణ – విశేషణము

దే – దేశ్యము

మి – మిశ్రమము (సంస్కృతపదము సంస్కృతేతర పదముతోగాని తెలుగు కృత్రప్రత్యయముతోగాని తెలుఁగు తద్ధిత ప్రత్యయముతో గాని కలిసిన పదము)

క్రి – క్రియ

ఆం – ఆంగ్లము

వా – వాడుక

మొ – మొదలైనవి

శ్లో – శ్లోకము

స – సర్వనామము

క – కన్నడము.

త – తమిళం

మ – మలయాళము

తె – తెలుగు

రూ – రూపాంరతము.

అర్థవిపరి – అర్థవిపరిణామం

బ. వ. – బహువచనం

ఇం– ఇంగ్లీషు.

వ్యతి – వ్యతిరేకము

ది।। – దితివంశస్థుఁడు, దైత్యుఁడు.

ర।। – రక్కసుఁడు.

నా।। – నామాంతరము.

పు – పుంలిఙ్గము

స్త్రీ – స్త్రీలింఙ్గము

న – నపుంసక లింఙ్గము

వృ. వి – చెట్టు లత మొదలగు వాని గుర్తు.

ఇది విభిన్నార్థమును దెలుపును. సమానార్థమును దెలుపును.

ప. బం – పదబంధం

చూ – చూడండి

–పై– – పై అర్థమే

సమా – సమాసము

ఆం. భూ – ఆంధ్రభూమి

ఆం. ప్ర – ఆంధ్రప్రభ

ఉ – ఉదయం

ఈ – ఈనాడు

Tel – Telugu

Skt – Sanskrit

n – noun

Adj – Adjective

శ – శతాబ్దం

గ్రంథ సంకేతాది వివేచన పట్టిక

భార – భారతం

ఆది – ఆది పర్వము

సభా – సభా పర్వము

అరణ్య – అరణ్య పర్వము

విరా – విరాట పర్వము

ఉద్యో – ఉద్యోగపర్వము

భీష్మ – భీష్మ పర్వము

ద్రోణ – ద్రోణ పర్వము

కర్ణ – కర్ణ పర్వము

సౌప్తి – సౌప్తిక పర్వము

స్త్రీ – స్త్రీపర్వము

శాంతి – శాంతి పర్వము

అను – అనుశాసనిక పర్వము

అశ్వ – అశ్వమేధ పర్వము

మౌ – మౌసల పర్వం

సం. భా – సంస్కృత భారతం

వరాహ – వరాహ పురాణం

విష్ణు – విష్ణుపురాణం

మార్క – మార్కండేయ పురాణం

శివ – శివయోగసారము

ఆము – ఆముక్తమాల్యద

ఆం. సం – ఆంధ్రనామ సంగ్రహము; మాన – మానవవర్గు.

రామా – రామాయణము

అచ్చ. రా – అచ్చ తెలుఁగు రామాయణము

ఆం. శే – ఆంధ్రనామశేషము

పిన. శకుం – పిల్లలమఱ్ఱి పినవీరభద్రుని శకుంతలా పరిణయము

ఆం. భా – ఆంధ్ర భాషార్ణవము

బ్రౌ – బ్రౌణ్యనిఘంటువు

ఆం. పదా – ఆంధ్రపదాకరము

ఆం. భా. – ఆంధ్రభాషార్ణవము (నిఘంటువు)

హేమ. ని – అనేకార్థ సంగ్రహము (నిఘంటువు)

త్రి. ని. – త్రికాండ శేషము (నిఘంటువు)

శ. ర – శబ్దరత్నాకరము (నిఘంటువు)

మను – మనుస్మృతి

వాచ – వాచస్పత్య నిఘంటువు

విల్యమ్సు – విల్యమ్సు సంస్కృతాంగ్ల నిఘంటువు

ప్రభా. – ప్రభావతీ ప్రద్యుమ్నము

పండి. చ. – పండితారాధ్య చరిత్ర

యక్ష. గా – యక్షగానం

జాహ్నవీ. – జాహ్నవీ మాహాత్మ్యం

కం.పా.రా – కంకంటి పాపరాజుగారి ఉత్తర రామాయణము.

రం. రా. – రంగనాథ రామాయణము

బాల – బాలకాండము

అరణ్య – అరణ్య కాండము

కిష్కింధా – కిష్కింధాకాండము

సుం – సుందర కాండము

యుద్ధ – యుద్ధకాండము

ఉత్తర – ఉత్తర కాండము.

ఉత్తర–ప్రక్షిప్త – ఉత్తరకాండలో 23వ సర్గకునూ 24 వ సర్గకునూ మధ్యలో కల అయిదు సర్గలకు ఉత్తర – ప్రక్షిప్త – 1 అనియూ, 37వ సర్గకునూ 38వ సర్గకునూ మధ్యలో కల 4 సర్గలను ఉత్తర – ప్రక్షిప్త – 2 అనియూ, 59వ సర్గకునూ, 60వ సర్గకునూ మధ్యలో కల మూడు సర్గలను ఉత్తర – ప్రక్షిప్త – 3 అనియూ సూచించారు.

హరి – హరివంశము

మొ. రా – మొల్ల రామాయణము

వాసిష్ఠ – వాసిష్ఠ రామాయణము

కృతజ్ఞతలు

పరిశోధనపై నాకు ఎనలేని ఆసక్తిని కలిగించిన హైదరాబాద్ విశ్వవిద్యాలయానికి, అక్కడ పరిశోధనలో అనేక మెళకువలు నేర్పిన గురువులందరికి...

కాలం మీద పరిశోధన చేయమని ప్రోత్సహించిన విశ్రాంతాచార్యులు అరుణ కుమారిగారికి, ఆ కాలాన్ని ప్రాచీన సాహిత్యంలో చూడమని అందులోకి తోసేసిన విశ్రాంతాచార్యులు బేతవోలు రామబ్రహ్మం గారికి...

నేను విద్యార్థి దశలో ఉన్నప్పుడే నన్ను పరిశోధకుడిగా, సృజనకారుడిగా గుర్తించి గురువుగా నాకు ఎల్లవేళలా మంచి మార్గనిర్దేశనం చేస్తూ నా ఉన్నతిని కాంక్షించే మా గురువుగారు, ఈ పుస్తకానికి తన ఆశీస్సులను అందించిన హైదారాబాద్ విశ్వవిద్యాలయం తెలుగు శాఖాధ్యక్షులు ఆచార్య దార్ల వెంకటేశ్వర రావుగారికి...

నా పిహెచ్.డికి పరీక్షకులుగా వ్యవహరించిన ఆచార్యులు, నేను చేసిన పరిశోధనపై నాకు ఇంకా నమ్మకం కలిగేలా తమ అభిప్రాయాన్ని తెలుపుతూ ఈ నిఘంటువుకు ముందు మాట రాసిన తెలుగు విశ్వవిద్యాలయ నిఘంటు నిర్మాణ శాఖాధ్యక్షులు ఆచార్య రెడ్డి శ్యామల గారికి...

నా ఈ పరిశోధనలో వివిధ పుస్తకాల వెతుకులాటలో, డి.టి.పిలో తోడ్పడిన ఆత్మగల్ల చెల్లెలు లావణ్యకు(డిగ్రి కాలేజ్ లెక్చరర్, మహాత్మా జ్యోతిబా పూలే రెసిడెన్షియల్ మహిళా డిగ్రీ కళాశాల) తన సహచరుడు కావలి రాఘవేంద్రకు, వారి తనయుడికి...

నా ప్రతి పుస్తకంలో అక్షరదోషాలు చూడటంతో పాటు అడుగడుగునా వెన్నంటి నన్ను ప్రోత్సహిస్తున్న నా సహచరి, ఈ పుస్తక స్వీకర్త రేణుకకు...

నా ఉన్నతిని కోరుకునే మా అమ్మకు, అన్నకు, తమ్ముడికి, చెల్లెకు తక్కిన కుటుంబ సభ్యులందరికి...

అడిగిన వెంటనే పుస్తకాన్ని ప్రచురిస్తామని ఒప్పుకున్న ఛాయ ప్రచురణ సంస్థకు, ఛాయ మోహన్ బాబు సార్‌కు, ఈ పుస్తకానికి ఛాయ తరపున చక్కటి అభిప్రాయం రాసిన అరుణాంక్ లతగారికి, కవర్ డిజైన్ చేసిచ్చిన క్రాంతి గారికి **మనసార కృతజ్ఞతలు**.

చిట్టి పొట్టి పలుకుల(తన పలుకులన్ని ఒక దగ్గర చేర్చితే మరో నిఘంటువు అవడం కాయం) నా ముద్దుల బిడ్డ దివిజ వాహినికి, తన బంగారు పలుకులకు **శుభాశ్శీస్సులు**...

కాలపదాలు - నిఘంటువు

మల్లెగోడ గంగాప్రసాద్

అమరకోశం కాల వర్గము – ప్రథమ కాండము

కాలపదాలు

కాలః – దిష్టః - అనేహా।	సమయః॥ (పుంలింగం) కాలం పేర్లు
పక్షతిః – ప్రతిపత్	పాడ్యమి (ప్రథమ) పేర్లు First lunar day
తిథయః॥	పాడ్యమి మొదలైన తిథుల పేర్లు A lunar day
ఘసః। - దినమ్ - అహః। - దివసః – వాసరః	5 దినము పేర్లు A day
ప్రత్యూషః – అహర్ముఖమ్ – కల్యమ్ – ఉషః – ప్రత్యూషః – ప్రభాతమ్	ఈ ఆరు ప్రాతః కాలం పేర్లు The dawn

దిన్తాః - సాయః || (సాయమ్)	ఈ రెండు సాయంకాలాల పేర్లు Evening
సంధ్యా - పితృప్రసూః	ఈ రెండూ సంధ్యాకాలాల పేర్లు Twilight
త్రిసన్ధ్యమ్	ప్రాహ్ణాపరాహ్ణ మధ్యాహ్నములనబడు దినాద్యన్త మధ్యభాగముల సమూహం పేరు – Forenoon, afternoon and mid-day
రాత్రి పేర్లు	శర్వరీ – నిశా – నిశీథినీ – రాత్రిః – త్రియామా – క్షణదా – క్షపా – విభావరీ – తమస్వినీ – రజనీ (ప) – రజనిః

	– యామినీ తమిస్రా, తామసీ
వెన్నెల రాత్రి	జ్యోత్స్నీ – చన్ద్రికయా, అన్వితా A moon light night
పక్షిణీ	ఆగామివర్తమానాహార్యుక్తా యాంనిశి = వచ్చే పగటితో నడుస్తుపగటితో కూడిన రాత్రిపేరు A night and two days
గణరాత్రమ్	నిశాః బహ్వ్యః = పెక్కు రాత్రుల పేరు A multitude of night
ప్రదోషః ‖ రజనీముఖమ్	ప్రదోషకాలాల పేర్లు The beginning of

	the night అర్ధరాత్ర, నిశీథి.
యామః - ప్రహరః	జాముపేర్లు
పర్వ సన్ధిః	పున్నమకు, పాడ్యమికి మధ్య ఉన్న కాలం The junction of the fifteenth and first of a lunar fortnight
పక్షానః	పున్నమకు, అమావాస్యకు పేర్లు
పౌరమాసి, పూర్ణిమ	పున్నమపేర్లు Day of full moon
నిశాకరే	చంద్రుడు, కళాహీనే (సతి) = ఒక కళ చేత తక్కు వైన వాడుగ ఉన్నప్పుడు, ఆపున్నమి

	'అనుమతి' అనబడుతుంది.
అనుమతిః	Moon one digit less than full
పూర్ణే	పదాహారు కళలతో కూడియున్నప్పుడు 'రాక' అనబడుతుంది.
రాక	Moon quite full, దర్శః, సూర్యేన్దు సంగమః

అమావాస్యపేర్లు

సినీవాలీ	చంద్రకళ కనబడిన అమావాస్యపేరు
కుహూ	చంద్రకళ కనబడని అమావాస్యపేరు

గ్రహణాలపేర్లు (An eclipse):

సోపప్లవః – ఉపరక్తః	రాహువుచేత

	గ్రసింపబడిన చంద్రునికి, సూర్యునికి పేర్లు
అగ్న్యుత్పాతః, ఉపాహితః	ధూమకేతువులపేర్లు A meteor or comet
పుష్పవన్తౌ, పుష్పదౌన్తౌ	దివాకర, నిశాకర సూర్యచంద్రుల పేర్లు
కాష్ఠా	పద్దెనిమిది రెప్పపాట్లకాలం Time measured by 18 twinkling
కలా	కాష్ఠలు ముప్పైకలిసిన కాలంపేరు Eight seconds
క్షణః	కలలు ముప్పైకలిసిన కాలం (30 కళలు) A fortnight

ముహూర్తః	12 క్షణాలు గూడిన కాలం (12 క్షణాలు)
	48 minutes
అహోరాత్రః	30 ముహూర్తాల కలిసిన కాలం
A day and night:	
పక్షః	15 అహోరాత్రులు గూడిన కాలం
A fort night:	
శుక్లః	పూర్వపక్షం
	(Light night)
కృష్ణః	అపర పక్షం
	(Dark night)
మాసః	శుక్ల, కృష్ణ పక్షాలు రెండు కూడిన కాలం
	A month

ఋతుః	మాఘ మాసం మొదలు రెండేసి నెలలుగూడిన కాలం – A season
అయనమ్	ఋతువులు మూడుకలిసిన కాలం A half year
వత్సరః	సూర్యుని ఉత్తర దిక్కున సంచారంగా, దక్షిణ దిక్కున సంచారంగా ఉండు దక్షిణోత్తరాయణాలు రెండు సంవత్సరమనబడును. ఇదే ఒక యేడు . A year. మాఘాది శ్రావణ పర్యంతం సూర్యుని ఉత్తరగతి,

	ఉత్తరాయణము. Sun's progress to the north of the equator.
	శ్రావణాది మాఘ పర్యంతం దక్షిణగతి, దక్షిణాయణము . Sun's progress to the south of the equator.
విషువత్ – విషువమ్	సమమైన రేయి, పగలు కల కాలం. రాత్రీ పగలు సమమైన కాలం Equinox
పౌషీ	పుష్యనక్షత్రముతో కూడిన పున్నమి పేరు
పౌషః	ఏ మాసంలో పౌషీ పున్నమి వచ్చునో ఆ

	మాసాన్ని 'పౌషము' అంటారు. తక్కిన మాఘమాసము మొదలగు పదకొండు కూడా ఇలా వచ్చినవే.
మార్గశీర్షము – మార్గః	అగ్రహాయణిక – December – January
పౌషః తైషః – సహస్యః	పౌష్యమాసం పేర్లు – January – Feb
తపాః, మాసుః	మాఘమాసంపేర్లు – Feb. – March
పాల్గునః – తపస్యః పాల్గునికః	ఫాల్గున మాసంపేర్లు – March – April
చైత్రః – చైత్రిక – మధుః	చైత్రమాసంపేర్లు – April – May

వైశాఖః – మాధవః – రాధ	వైశాఖమాసం పేర్లు – May – June
జ్యేష్ఠః శుక్రః	జేష్ఠ మాసం పేర్లు – June – July
శుచిః – ఆషాఢః	ఆషాఢమాసం పేర్లు – July – August
శ్రావణిః – నభాః – శ్రావణిక	శ్రావణమాసం పేర్లు – August – Sept.
నభస్యః – ప్రోష్ఠపదః – భాద్రః	భాద్రపదమాసం పేర్లు – Sixth lunar month – September – October.
ఆశ్వినః – ఇషః – ఆశ్వయుజః	ఆశ్వయుజ మాసం పేర్లు – October

– November

కార్తికః – బాహులః – ఊర్జ – కార్తికికః కార్తీక మాసం పేర్లు

– November

– December

హేమన్తః హేమంత ఋతువు పేరు

– Winter

శిశిరః శిశిర ఋతువు పేరు

– Cold season

వసన్తః – పుష్పసమయః – సురభిః వసంత ఋతువు పేర్లు

– Spring

గ్రీష్మః – ఊష్మకః – నిదాఘః – ఉష్ణోపగమః – ఉష్ణ – ఊష్మాగమః – తపః గ్రీష్మ ఋతువు పేర్లు

– Hot Season

ప్రావృట్ – వర్షాః వర్ష ఋతువు పేర్లు

– Rainy season

శరత్, శరదా శరదృతువు పేర్లు

ఈ ఆరు ఋతువులు మార్గశీర్షము మొదలైన పన్నెండు నెలల్లో వరుసగా రెండేసి నెలల చేత ఏర్పడుతున్నవి

సంవత్సరః వత్సరః, అబ్దః, హాయనః, శరత్, సమాః — సంవత్సరం పేర్లు – A year

మనుష్యుల ఒక మాసం పితృదేవతలకు ఒక అహోరాత్రం, A patriarchal day. అందులో శుక్లపక్షం పగలు, కృష్ణపక్షం రాత్రి. మనుష్యుల ఒక సంవత్సరం దేవతలకు ఒక అహోరాత్రం అందులో ఉత్తరాయణం పగలు, దక్షిణాయణం రాత్రి. అలాంటి మూడువందలఅరవై (360) అహోరాత్రులు దేవతలకు ఒక సంవత్సరం. అలాంటి పండ్రెండు వేల సంవత్సరాలు దేవతలకు ఒక యుగం. దేవసంబంధమైన రెండువేల యుగాలు బ్రహ్మకు ఒక అహోరాత్రం. ఆ అహోరాత్రం మనుష్యులకు రెండు కల్పాలు.

దానిలో పగలు – ఉదయ కల్పం — రాత్రి – క్షయ కల్పం

మన్వన్తరమ్ — డెబ్బై ఒకటి దేవయుగాలు కలిసిన కాలం.

సంవర్తః , ప్రలయః , కల్పః , క్షయః - ప్రళయకాలం పేర్లు

కల్పాన్తః. – Destruction of the world.

2. ఆంధ్ర క్రియాస్వరూప మణిదీపిక

- కాలపదాలు

కాలక్షేపము సే(చే)యు = సం. స. క్రి. కాలము వెళ్ళబుచ్చు.

కాలక్షేపమేపారు = సం. అ. క్రి. కాలక్షేపమగు.

కాలకృత్యములుదీర్చు = దే. అ. క్రి. వేకువ కాలమున కృత్యములు జరుపు.

కాలగోచరుడగు = సం. స. క్రి. మృతినొందు.

కాలదన్ను (రూ) కాలదున్ను = దే. స. క్రి. 1. కాలితో తన్ను. 2. తృణీకరించు.

కాలఁదాచు = దే. స. క్రి. 1. కాలితో తన్ను. 2. తృణీకరించు.

కాలదోషముపట్టు = సం. స. క్రి. నియమిత కాలము దాటిపోవు. (నోటుకు కాలదోషముపట్టినది)

కాలధర్మముచెందు = సం. స. క్రి. మృతిచెందు.

కాల్నడలగు = దే. స. క్రి. కాళ్ళతో నడుచుటకు వీలగు. -కాల్నడ లయి యేఱులింకె.

కాలనీటతీయు = దే. స. క్రి. పసుపునీళ్ళు మొ. వానితో దృష్టితీయు.

(అన్నదానం వెంకటాంబ రామాయణ యక్ష. గా॥)

కాలము గడుచు = దే. అ. క్రి. కాలము తరలు.

కాలము చేయు = దే. అ. క్రి. మరణించు.

కాలము త్రోయు = దే. అ. క్రి. కాలము వెళ్ళబుచ్చు.

కాలము మించు = దే. అ. క్రి. కాలము గడుచు.

కాలయాపన చేయు = దే. అ. క్రి. కాలము వ్యర్థము చేయు.

కాలవేయు = దే. అ. క్రి. 1. అగ్గిలో వేయు. 2. కాల్చు.

కాలహరణమగు = దే. అ. క్రి. కాలము జరిగిపోవు, వ్యర్థమగు.

కాలాఁగు = దే. అ. క్రి. 1. కాలూదు. 2. కొంతకాలమాగు.

కాలాడు = దే. స. క్రి. నడుచు (వ్యతి.)

కాలాతీతమగు = సం. అ. క్రి. 1. కాలము మించు. 2. ఆలస్యమగు.

కాలానుగుణమగు = సం. అ. క్రి. వేళకు ప్రయుక్తమగు.

కాలానుసరణమగు = సం. అ. క్రి. కాలము ననుసరించు.

3. ఆంధ్ర తమిళ కన్నడ త్రిభాషా నిఘంటువు

- కాలపదాలు

కాలరియ = యాతన, బాధ.

కాలకంఠుఁడు = శివుఁడు, యముఁడు.

కాలకము = పుట్టుమచ్చ, నల్లనిది. (ఈ యర్థము తెనుఁగులో మాత్రమే)

కాలకూటము = శివుఁడు మ్రింగిన ఒక విషము, హాలహలము.

కాలక్షేపము = కాలమును గడుపుట, జీవనము, కథా కాలక్షేపము.

కాలక్రమము = దినముల వరుస, కొన్నాళ్ళు.

కాలగతి = కాలపరిస్థితి.

కాలజ్ఞము = కోడి, కోయిల, కాలముని ఎఱిఁగినది.

కాలజ్ఞాని = కోడి, త్రికాలము నెఱిఁగినవాఁడు.

కాలజ్ఞుఁడు = జోస్యుఁడు.

కాలత్రయము = భూతభవిష్యద్వర్తమాన కాలములు, ప్రాతర్మధ్యాహ్న సంధ్యాకాలములు.

కాలదండము = యమునిపాశము.

కాలదూత = యమదూత, మరణసూచన.

కాలధర్మము = చావు, మరణము, సమయానుసారనీతి.

కాలపక్వము = క్రమముగా అనుకూలమైనది, అనుభవము.

కాలపాశము = యమపాశము.

కాలపురుషుఁడు = కాలమను పురుషుఁడు, మరణదేవత.

కాలప్రవృతి = విరేచనము.

కాలబలము = సమయానుకూలము.

కాలభేదము = ఋతుభేదము.

కాలము = సమయము, నలుపు, చావు, అంతము, కాలమానము.

కాలమేఘము = నల్లని మేఘము.

కాలయాపనము = పొద్దుపుచ్చుట, ఆలస్యము చేయుట.

కాలవహ్ని = ప్రళయకాలమందలి యగ్ని.

కాలరి = పదాతి, కాలిబంటు.

కాలసర్పము = నల్లత్రాచుపాము, విషము గ్రక్కుపాము.

కాలసూత్రము = ఉరిత్రాడు.

కాలహరణము = ఆలస్యము, బాగుచేయుట, తాత్సరము.

కాలాంతకుఁడు = శివుఁడు, అతి సమర్థుఁడు.

కాలాతీతము = కాలాతిక్రమణము, ఆలస్యము.

కాలాయసము = ఇనుము.

కాలావసానము = మరణము.

కాలిక = పార్వతి, ద్రౌపది, నలుపు, చీకంటి, ఆడుకాకి, మద్యము, నెలవడ్డి, తేలుకొండి.

కాలియము, కాలీయము = కాలమునకు సంబంధించినది.

4. ఆంధ్ర దీపిక - కాలపదాలు

కాల = సం. కలిగొట్టు, నల్లజిలకఱ, నల్ల తెగడ, నీలి, మంజిటి.

కాలకంఠము = సం. పిచ్చుక, నెమలి, కట్టుక పిట్ట, కూకురుగుండఁగి, నేఁగిస.

కాలకంఠిక = సం. పెద్దమ్మ.

కాలకంఠుఁడు = సం. శిఁవుడు.

కాలకము = సం. పుట్టుమచ్చ.

కాలకాలుఁడు = సం. శివుఁడు.

కాలకూటము = సం. సముద్రములో పుట్టిన ఒక విషము.

కాలక్రుద్ధుఁడు = సం. యముఁడు.

కాలక్షేపము = సం. కాలమును వెళ్ళఁబుచ్చుట.

కాలఖండము = సం. కారిజము.

కాలగోచరుఁడు = సం. మరణించినవాఁడు.

కాలజ్ఞము = సం. కోడి, కోయిల.

కాలజ్ఞుఁడు = సం. జ్ఞానవంతుఁడు, జోస్యుడు.

కాలటి = శ్రీ శంకర భగవత్పాదులవతరించిన గ్రామము.

కాలటుక = కుండలుంచుటకై రెండు మొనలం ఇరుప్రక్కల గోడలయందు పొదిగి ఊఁతగా కాళ్ళు ఉంచి అడ్డముగా అమర్చిన మ్రాను.

కాలధర్మము = సం. మరణము.

కాలపత్రి = గచ్చ.

కాలపృష్ఠము = సం. కర్ణుని విల్లు, విల్లు, ఒక ఇఱ్ఱి, రాపులుఁగు.

కాలము = సం. తఱి, సమయము, కృష్ణ వర్ణము.

కాలమేషి = సం. కారుగచ్చ.

కాలమేషిక = సం. నల్లతెగడ, మంజిటి.

కాలయాపన = సం. కాలవిలంబము, జాగు.

కాలరి = కాలిబంటు, నడుచువాఁడిచ్చెడి పన్ను, దూత.

కాలరివాఁడు = దారి నడుచువాఁడు, రూ. కాలారివాఁడు.

కాలశాకము = సం. కఱివేము.

కాలశేయము = సం. గోరసము, చల్ల.

కాలసూత్రము = సం. ఒక నరకము.

కాలస్కంధము = సం. చీఁకటి మ్రాను, తుమికి, వేఁగిస.

కాలస్థాలి = సం. కలిగొట్టు.

కాలాంతకుఁడు = సం. శివుఁడు.

కాలానుసార్యము = సం. ఇరుగుడు, నల్ల అగలం, జాతిపువ్వు.

కాలాయసము = సం. ఇనుము.

కాలారి = జనుల మీద జమచేయు పన్ను.

కాలికంచము = అందలములు.

కాలిక = సం. కాలిక, ద్రౌపది, బొగ్గు, నలుఁపు, చీఁకటి, ఆఁడు కాకి, నూఁగారు, పొగగుమి, బంగారునందలి దోషము, మద్యము, క్రొత్తమబ్బు, మబ్బు గుంపు, వైవర్ణ్యము, నెలవడ్డి, జటామాంని, తేలుకొండి, పొట్ల.

కాలిడు = అ. క్రి. చొచ్చు, ప్రవేశించు.

కాలీయము = సం. నల్ల అగలం. విణ. కాలసంబంధి.

కాలు = పాదము, పాతిక, నాల్గవ వంతు, మంచపు తోడు మొ|| అ.క్రి. దగ్ధమగు.

కాలుగడియ = పాతిక గడియ.

5. ఆంధ్ర మహాభారత నిఘంటువు (రెండవ సంపుటం) - కాలపదాలు

కాలకేయులు = ఒకానొక రాక్షసులు. కాలక పుత్రులు పౌలోములతోఁ గలసి వీరు అఱువది వేవురు. హిరణ్యపుర నివాసులు. మాయావులు. వీరిని అర్జునుఁడు సంహరించెను. అర. 4. 81. మొ. 87వ., విరా. 4.210.

కాలక్షేపము = సం. వి. అ. పుం. కాలము వెళ్ళఁబుచ్చుట.

వ. అనినఁ బాంచాలి ప్రకంపిత చిత్తయగుచుఁ గొండొక దొలంగి వానిదెసనవమాన దృష్టిం జూచుచుఁ దనపతుల రాకయ కోరుచుం బ్రతివాక్యంబుల గొంత కాలక్షేపంబు సేయుటకై వాని కిట్లనియె. అర. 6. 167.

కాలగతి = సం. వి. ఇ. స్త్రీ. కాలము యొక్క పోకడ.

చం. ..భీష్ముఁడెఱింగి వారికిట్లను సురలార కాలగతి నాత్మఁదలంచియ కాదె మేనిలో నునిచినవాడఁ బ్రాణముల. భీష్మ. 3. 414.

కాలగోచరుఁడు = సం. విణ. (అ. ఆ. అ) కాలమునకు ఆధీనమైనవాఁడు, చచ్చినవాఁడు. వ. జటాసుర కళేబరంబెత్తి యొక్క విశాల పరుష పాషాణంబు పై జర్జరితంబుగా వైచి

వానిఁగాలగోచరుంగాఁ జేసిన వాయుపుత్ర పరాక్రమంబు ధౌమ్య రోమశాది మహీసురవరులు వర్ణించిరి. అర. 3. 397.

కాలఘటుఁడు = సం. వి. అ. పుం. ఒక ముని. జనమేజయ సర్పయాగమునందలి సదస్యులలో నితఁడొకఁడు.

కాలచక్రము = సం. వి. అ. న. చక్రాకారముగా తిరుగుచుండు కాలము. తే. ... కాలచక్రంబు నిరవధికంబు దీన, సర్గములుఁ బ్రళయంబులుఁ జనుచునుండుఁ. శాంతి. 4. 265.

కాలచక్రుడు = సం. వి. అ. పుం. సూర్యుఁడు.

మ. ... అతిదీప్తంబైన తేరొప్పె, శా, త్రవ సంఘంబు మనంబునన్ భయము గూరం గాలచక్రాకృతిన్. ద్రోణ. 1. 124.

కాలజరము = సం. వి. అ. న. ఒక పర్వతము. ఇందు దేవహ్రదమను తీర్థము గలదు. అర. 2. 278.

కాలజ్ఞత = స. వి. ఆ. స్త్రీ. కాలమును గుర్తెఱుంగుట.

కం. ... తా.నజ్ఞాతవాసమును గా, లజ్ఞతఁ జలుపండె యన్యులకు వగపేలా. ఉద్యో. 1. 207.

కాలతత్త్వము = సం. వి. అ. న. కాలము అను తత్త్వము, కాలము.

తే. ధరణి మొదలైన పంచ భూతములకంటె, మనసు కంటెను బుద్ధి కంటెను మహత్త,రంబు మిగిలి, యుండు విభుఁడిజ్జగంబుల కొడయఁడతఁడు. శాంతి. 4. 197.

కాలదండము = సం. వి. అ. పుం. న. యముని ఆయుధము.

ఉ. ... అతండలుక నెత్తిన యా గద కాలదండము, ద్దామ విలాసుఁడై కురుకదంబములో విహరింపకుండునే. ఉద్యో. 2. 185.

కాలదంతకుఁడు = సం. వి. అ. పుం. వాసుకి, కులమునఁ బుట్టినవాఁడు. ఆది. 2. 212.

కాలపక్వము = సం. విణ. (అ. ఆ. అ). కాలము చేతనే పరిపాకము నొందినది; మృత్యువు సమీపించినది. తే. ...అకట కాల, పక్వమయ్యె నీ నరపతిప్రతతి యెల్ల. ఉద్యో. 3. 377.

కాలపర్వతము = సం. వి. అ. పుం. ఒకానొక పర్వతము. రావణుఁడు శ్రీరాముఁడున్న తాపునకు బోపునపుడీ పర్వతమును దాఁటి సముద్ర తీరమును జేరెను. అర. 6. 317.

కాలపాశము = సం. వి. అ. పుం. స్వభావము. తే. ... ప్రజ్ఞా శాంతిశాలి యగుట, కాలపాకంబుతోఁ దాన కలుగు ననఘ. శాంతి. 4. 383. శ్లో. స్వభావాల్లభతే ప్రజ్ఞా శాంతిమేతి స్వభావతః సం. భా. శాంతి. 222. 35.

కాలమగు = అ. క్రి. కాలము ముగియు, మరణము సంభవించు. గీ. ...నీదు భర్తకు నిపుడు కాల, మగుటయు వీఁడు మహాపుణ్య నిధిగాన యితరులఁ బనుపక యేన వీనిఁగ్రచ్చుఅఁ గొనిపోవఁగా జనుదెంచితి. అర. 7. 218.

కాలమానము = సం. వి. అ. న. కాలపరిమాణము, కాలము యొక్క కొలఁది. సీ. ...అనిఁ బాండవుల బలమంతయు సమయింపఁ

జాలుదురెంతేసి కాలమాన, మున నన్ను. ఉద్యో. 4. 420.

కాలము = సం. విణ. (అ. ఈ. అ.) నల్లనిది. తే. కాల వాల సుందరంబులునగు ధర్మనందనుని తురంగమంబులఁ బడనేసి. కర్ణ. 2. 386. వి. అ. పుం.

1. సమయము, (దిన మాస సంవత్సరాత్మకము). సీ. ...మాత్రాంతరము వయోమానంబు దేశ, కాలోచితాహార ప్రయోగ భంగి. విరా. 1. 263.

2. వేళ, తఱి, అదను.

సీ. ... అర్థముల్ దుర్బుద్ధికై నను సిద్ధించు నగు కాలమున నార్యులయ్యుఁ గాని ఆ – కాలమున ఘటింపగా నేర రనిలవ, ర్ఘాత పేందు రుచులు నధిప కాల, కల్పితములు మంత్ర శిల్పౌషధంబులు మేలుసేత కాలకీలితంబు. శాంతి. 1. 185. సీ. కాలంబుతోఁ గుక్క మాలఁడు దుదిగాగఁ నాఁకొని వచ్చిన ననుగుణముగ. ఆ. నాచరింప వలయు నాహారకల్పన. అను. 2. 371.

3. జీవిత పరిమాణము. కం. ... కౌరవులకుఁ గాలము, తుదియో కాకిట్టి గర్వితుని నేమందున్. ఉద్యో. 2. 154.

వ. ... ముని ప్రకరంబాతని పాలికేతెంచి భారద్వాజా నీవు బ్రాహ్మణుండవు వేద వేదాంగ విదుండవు నీకు సంగ్రామంబు సేయ ధర్మంబగునే యింతకుమున్ను చేసితేనియుఁ జేసితి గాని కాలంబు పూర్ణంబయ్యెఁ గాన యింకనుడుగుట మేలు. ద్రోణ. 5. 308.

4. మృత్యుదేవత. కవిరాజ. అనయము లోలతమైన విషయ ప్రచయంబను దుస్తర పంకమునన్, మునుఁగుచుఁ దేలుచునుండఁగఁ గాలము ముట్టి రుజన్ జర నెవ్వగ పై, కొన దొరకొల్పి యపాత్రపుఁ జావొనరించుఁ గురుప్రవరా. స్త్రీ. 1. 55.

5. మృత్యు సమయము. మృత్యువు.

సీ. ...కాలంబుగాదిది కలశజునకు ననుచు నీవారు భయంబంద, ద్రోణ. 5. 175., ద్రోణ. 2. 201.

కం. ...పిదపం గాలం,బై తెగియె యొక నృపునకు సం, జాతుండయ్యెను సమస్త సద్గుణములతోన్. అను.

1.279., విరా. 2. 193.

6. తడవ, పర్యాయము. సీ. ... కపాలంబున నెత్తిన భైక్షాన్న మేక కాల, మశనంబు గొనుచు. శాంతి 1. 304.

7. సుఖ దుఃఖ ప్రతిపాదక రూపమైన విధి. ఆ... అనిల వ, ర్షాతపేందు రుచులు నధిప కాల కల్పితములు. శాంతి. 1. 185.

8. ఫలప్రాప్తి సమయము. ఆ. ... మంత్ర శిల్పౌషధంబులు, మేలుసేఁత కాల కీలితంబు. శాంతి. 1. 185.

9. అజ్ఞాతము. సీ. తారు గొందఱకు బాధకులయి నడచుట పరులచే బాధలఁ బడుట గలుగు, నివి కాలభావ్యంబు లెఱుక గల్గిన నొరుఁబఱిచితి నొరునిచేఁ బడితి ననుచుఁ బురుషుండు ప్రియశోకమునఁ బొందఁడు. శాంతి. 1. 188.

10. అవ్యక్తమను పేరు కల్గిన జగత్కారణము.

తే. ధరణి మొదలైన పంచభూతముల కంటె, మనసుకంటెను బుద్ధికంటెను మహత్త,రంబు గాలంబు గాలతత్త్వంబు మిగిలియుండు విభుఁడిజ్జగంబుల కొడయఁడతఁడు. శాంతి. 4. 197.

11. ప్రకృతి, మాయ.

కం. అతనిఁ బొదువు సంకల్పం, బతుల జ్ఞానంబు దాని నడచును విజ్ఞానితఁ దద్బలముఁ బురుష దేహితనుంగాలము వరుస నెడలంజేయున్. శాంతి. 5. 76.

కం. కాలంబెడలిన విద్యో, న్మీలితమగు బోధ మన్యమిశ్రత్వంబుం, దూలించి వెలఁగుచుండు వి, శాలమతీ బ్రహ్మమది ప్రశస్తము శ్రుతులన్. శాంతి. 5. 77.

శ్లో. ...శయాన సంజిహానోత్తిష్ఠ. సంచరద్రూపవంతుఁడైన లోకస్వరూపుండగు జీవము. శాంతి. 5. 33.

శ్లో. కలిః శయానోభవతి సంజిహానస్తు ద్వాపరః ఉత్తిష్ఠంస్త్రేతాభవతి కృతంసంపద్యతే చరన్ (శ్రుతి). (శయానుఁడు అవిద్యావృతుఁడగు పురుషుఁడు కలిసంజ్ఞఁ బరగును. సంజిహానుఁడు విషయములందు వైరాగ్యముకలవాఁడు మముక్షువు కావున - ద్వాపర సంజ్ఞ చెప్పఁబడును. నిలుచుండువాఁడు శమాద్యమష్ఠానమునకై యుద్యమించువాఁడు త్రేతసంజ్ఞఁ బరఁగును. చరించువాఁడు శమాదిక మాచరించుటచే కృతసంజ్ఞఁ బరఁగును. ఇట్లు కృత త్రేతా

ద్వాపర కలి సంజ్ఞలతోఁ జెప్పఁబడు చతుర్విధమైన జీవమే లోకవాస్తవ రూపము. అయ్యది కాలమనఁబడును.)

ఆంధ్రభారతంలో

18 నిమేషములు (ఱెప్పపాట్లు) = ఒక కాష్ఠ.

30 కాష్ఠలు = ఒక కళ.

360 కళలు = ఒక ముహూర్తము.

30 ముహూర్తాములు = ఒక అహోరాత్రము.

30 అహోరాత్రములు = ఒక మాసము.

2 మాసములు = ఒక ఋతువు.

3 ఋతువులు = ఒక అయనము.

6 ఋతువులు = ఒక సంవత్సరము.

సంస్కృత భారతంలో...

30 ముహూర్తములు = ఒక పగలు లేక ఒక రాత్రి. అనఁగా పగలు రాత్రి కలిసిన దినమునకు ముహూర్తములు 60 అగును. కొందఱు ముహూర్తమునకు 30 కళలు + 3 కాష్ఠలు అని వ్యాఖ్యానించిరి.)

కాలముఖులు = వీరిని దక్షిణ దిగ్విజయ యాత్రాకాలమున సహదేవుఁడు వశము సేసికొనెను. సభా. 1.260.

కాలయవనుఁడు = సం. వి. అ. పుం. ఒకానొక రాక్షసుఁడు. శ్రీకృష్ణునిచే సంహరింపఁబడిన వాఁడు. శాంతి. 6. 388.

కాలయవనుఁడు శ్రీకృష్ణుఁడజేయుఁడని నారదునివలన విని కృష్ణుపై నొక్కఁడ దండెత్తి వచ్చెను. శ్రీకృష్ణుఁడు నగరము విడిచి నిరాయుధుఁడై పోవుచుండెను. కాలయవనుఁడతని నెదుర్కొనెను. కృష్ణభగవానుఁ డతనికిఁ జిక్కక పరువిడసాగెను. కాలయవనుఁడు వెంటఁబడెను. కాని శ్రీ కృష్ణుఁడు వానికిఁ జిక్కక ముప్ప తిప్పలు పెట్టెను. ఇట్లు కాలయవనునకు చిక్కినట్లు దక్కినట్లుగాఁ జాలదూరము తీసికొనిపోయి ఘోరమైన యొక కొండగుహలో దూఱెను. కాల యవనుఁడును గుహలోఁ జొచ్చెను. అంధకార బంధురంబయిన యాగుహాంతరాళమున దీర్ఘతల్ప నిద్రితుఁడై గుఱువెట్టుచున్న ముచుకుందుని జూచి యతఁడే శ్రీకృష్ణుఁడనియు దొంగనిద్దుర పోవుచుండెననియు నట్టహాసంబు గావించి కాలితో నొక్క తన్ను తన్నెను. ముచుకుందుఁడు కన్నుదెఱచి చూచెను. కాలయవనుఁడు భస్మమైపోయెను. అంతట కృష్ణ భగవానుడు ముచుకుందునకుఁ బ్రత్యక్షమై యాతని ననుగ్రహించెను. (శ్రీభాగవతము.)

కాలయాపనము = సం. వి. అ. న. కాలవిలంబము. జాగు.

ఉ. ... ఆ నహుషు పోయిన పోకలు వానికిం దగం, జెచ్చెరఁ గాలయాపనము సేసినభంగియుఁ జెప్పె దేవియున్. ఉద్యో. 1. 173.

కాలరి = దే. వి. (కాలు+అరి)

1. దూత, వార్తాహరుఁడు.

వ. ... మనము వెసగల కాలరుల వేగంబ పుచ్చి శల్య కేకయ జరాసంధతనయ ధృష్టకేతు ప్రభృతులయిన భూపతులకును వారి వారి బంధు మిత్ర జనంబులకు నెఱింగించుట కార్యంబు. ఉద్యో. 1.37., అశ్వ. 4. 156. శ్లో|| శల్యస్య ధృష్ణకేతోశ్చ జయత్సే నస్య వా విభో, కేకయానాంచ సర్వే షాం దూతాగచ్ఛంతు శీఘ్రగాః సం. భార. ఉద్యో. 4. 8.

2. జంఘాలుఁడు. మిక్కిలి వడిగ నడుచువాఁడు.

వ. మన పురంబునకు జంఘాలురఁ బంపుము... విరాటుండు బనిచినం గాలరులు వేగునంతకు వీటికిం జనిగెలుపు ప్రకటించి. విరా. 3. 23.

కాలవశత = సం. వి. ఆ. స్త్రీ.

1. కాలానుసారము, కాలానుగుణము.

తే. కలసి శుక్ల శోణితములు కరుడు గట్టి, వినుమమేధ్యమునఁ బ్రవృద్ధిఁ బొంది, కాలవశత నప్పిండమంగంబు లెల్లఁ, గలిగి శిశువయి మారుతగతి యెలర్ప. స్త్రీ. 1. 36.

2. మృత్యువునకు లోనగుట.

ఆ. ... అఖిల జనులఁ, దల్లివోలె నరసి దశరథ రాముండు, గాలవశత నొందుఁ గాదె యధిప. ద్రోణ. 2. 201.

కాలవిరోధము = సం. వి. అ. పుం. కాలము ప్రతికూలమగుట.

కం. వాలి వివిధాస్త్ర శస్త్ర, జ్వాలల వెలుఁగొందు పాండవ జ్వలనం భా, భీలత మండందొడరినఁ, గాలవిరోధంబు మఱచి కార్యముఁ దప్పన్. విరా. 1. 119.

కాలవేది = సం. విణ. (న్, నీ, న్.) భూత భవిష్యద్వర్తమాన కాలముల మూఁడింటిని దెలిసిన వాఁడు; త్రికాలజ్ఞుఁడు.

కం. విని కాలవేదియగు న, వ్వనజాక్షుఁడు. మౌస. 11.

కాలశైలము = సం. వి. అ. పుం. ఒకానొక పర్వతము. పాండవులు గంధమాదన పర్వతంబునకుఁబోవుచు దీనిని జూచిరి. అర. 3. 283. ఇది కాలపర్వతము (అర. 6. 317) అని నిరూపింప వలనుపడకున్నది.

కాలాంజనము = సం. వి. అ. పుం. ఒకానొక పర్వతము. ఇది గంగా యమునా సంగమమునఁ గలదు. ఇచట స్నానము చేసిన మోక్షమబ్బును. అను. 2. 82.

కాలాంతకుఁడు = సం. వి. అ. పుం. శివుఁడు. కం. అంత విరాటుఁడు లయకా, లాంతకుఁడుఁ బోలె. భీష్మ. 2. 301. వ. ... కాలాంతకుండు దక్షుని యజ్ఞంబున కలిగిన ... శాంతి. 6. 441. విణ. కాలమును నశింపఁజేయువాఁడు. శివుఁడు, విష్ణుఁవు.

ఉ. ... కాలాంతకుఁడైన రుద్రుని రథాగ్రము చెచ్చెరఁ బట్టెనుద్ధతిన్. అర. 5. 279.

ఉ. ... కా, లాంతకుడైన యచ్యుతుఁడనంతుఁడు యోగిజనాంతరంగ వి, శ్రాంతుఁడు విష్ణుఁడద్వయుఁడ సంగుఁడు కౌరవ వంశ దీపకా. అను. 1. 336.

కాలాంతరలు = సం. వి. అ. న. మఱియొక కాలము.

ఆ. పగయుఁ గల్లెనేని పాయునె గూఢమై, మ్రాన నగ్నియున్న మాడ్కినుండుఁ, గాన నమ్మి బేలఁ కాలాంతరంబుననైనఁ, జెడును సంధియంబు వలదు. శాంతి. 3.258; సభా 1. 94.

వ. (పరశురాముఁడు) గర్భంబులనున్న యర్భకులను మఱియు వివిధ ప్రకారంబులఁ బోరం దప్పిపోయి పుడమి యేలు రాజులఁ గాలాంతరంబుల వెదకి వెదకి వధియించె. శాంతి. 2. 86. (కాలాంతరంబుల = వేఱు వేఱు సమయంబుల).

కాలాగరువు = సం. వి. ఉ. న. నల్ల అగరుపు (వృ. వి.)

మ. ... కాలాగరు సల్లకీతతుల. ఆది. 8. 262.

కాలాగ్ని = సం. వి. ఇ. పుం. ప్రళయాగ్ని. వ. ... అప్పుడు జగంబులుగొని కాలిన కాలాగ్నియుం బోలె. సౌప్తి. 1. 202.

కాలాతిక్రమణము = సం. వి. అ. న. యుక్తకాలము గడచిపోవుట.

వ. ...ఇట్టేల చింతాపరుండవై యగ్ని హోత్రంబు వేల్వక కాలాతిక్రమణంబు సేసెదు. అర. 3. 102.

కాలాత్ముఁడు = సం. వి. న. పు. కాలమే రూపముగాఁ గాలవాఁడు. విష్ణువు.

కం. మాసర్త్వయనాబ్ద మయో, ద్భాసిత రూపుఁడయి సృష్టిఁ బ్రళయఁబదగం, జేసి పొలుపారు శౌరి ను, పాసింతును యోగిభోగ్యబలుఁ గాలాత్మున్. శాంతి. 2. 35.

కాలాయకుఁడు = సం. వి. అ. పుం. కద్రువ కొడుకు.

కాలాయనము = సం. వి. అ. న. ఇనుము.

వ. ... ఆఖండల తనయ ఖండిత పరవీర కాలాయస నారాచ శకలంబుల వలనను. విరా. 5. 60; కర్ణ. 2. 268.

కాలావధి = సం. వి. ఇ. పుం. గడువు, మితి పెట్టిన కాలము.

ఉ. ... కా, లావధి యయ్యెఁగావలయు నక్కట వారికి వారి వారికిన్. ఉద్యో. 3. 398.

కాలావసానము = సం. వి. అ. న. కాలము ముగియిక, మరణము సమీపించుట.

వ. ... ధార్త రాష్ట్రులకుం గాలావసానంబైనయట్లు సమయ కాలావసానంబయ్యె. విరా. 2. 235.

కాలికాశ్రయ = సం. వి. ఆ. స్త్రీ. విపాశనదీ తీరమున గల ఒక తీర్థస్థలము. ఇచ్చట మూఁడు దినములు బ్రహ్మచర్య నియతితో సేవింప పునర్జన్మముండదు. అను. 2. 77.

కాలిమ = సం. వి. న. పుం. నలుపు.

వ. ... అద్దానవులు నానావిధయుధసన్నద్ధులయి నిజకాయ నికాయ కాలిమ తమోభూత భువనులగుచు. అర. 4. 60. (కాళిమ అని కొన్ని

ప్రతులు)

కాల్యము = సం. వి. అ. న. ప్రాతఃకాలము, వేకువ.

వ. ... అవనీసురాశీర్వాదంబుల నాదరించుచు నారేయి గడపి కాల్యంబగుటయుం కాలోచిత కరణీయంబులు నిర్వర్తించి. అశ్వ. 3. 150.

6 . జ్యోతిష్య పదకోశం - కాలపదాలు

కల = నాలుగు సెకండ్ల అవధి.

కలానిధియోగం = రాజయోగాల్లో ఒకటి. జాతకుని జన్మకుండలిలో మూడవస్థానాధిపతి పదకొండవ భావాధిపతితో ఏడవ ఇంటిలో ఉండాలి. అంతేకాక ఏడవ భావాధిపతి 12వ ఇంటిలోనూ, 12వ భావాధిపతి బృహస్పతితో కలసి తొమ్మిదవ భావంలో ఉంటే కలిగే ఒక రాజయోగం. ఈ యోగం మేషలగ్నంలో మాత్రం సంభవిస్తుంది.

కల్పం = మహాయుగాలు వేయి కలిస్తే ఒక కల్పం మొత్తం 432, 000, 00, 00 సౌరమాన సంవత్సరాలు.

కాలదండ యోగం = 1. అశుభయోగాల్లో ఒకటి. ఆదివారం భరణి నక్షత్రం, సోమవారం ఆరుద్ర, మంగళవారం మఖ, బుధవారం చిత్త, గురువారం జ్యేష్ఠ, శుక్రవారం అభిజిత్, శనివారం పూర్వాభాద్ర నక్షత్రాలు వస్తే కలిగే ఒక అశుభయోగం. ఈ యోగమున్న రోజుల్లో అధికార ప్రయాణం చేయరాదు. తప్పనిసరి పరిస్థితుల్లో మృత్యుంజయ, నవగ్రహ శాంతి చేయించాలి. 2. ఈ యోగమున్న

రోజుల్లో ప్రయాణం చేస్తే మృత్యువుకు సమానమైన ఆపద జరుగుతుందని అంటారు.

కాలపురుషుడు = మేషాది 12 రాశులలో ఏర్పడిన పురుషాకారపు చిత్రం.

కాలబలం = గ్రహాలకు చెప్పబడిన షడ్బలాల్లో ఒకటి. కొన్ని నిర్దిష్ట సమయాల్లో గ్రహాలు బలాన్ని పుంజుకొంటాయి. ఉదాహరణకు శుభగ్రహాలు శుక్లపక్షంలో, పాపగ్రహాలు కృష్ణపక్షంలో బలాన్ని పుంజుకొంటాయి. చంద్ర, మంగళ, శని గ్రహాలు రాత్రివేళలో బలాన్ని కలిగి ఉంటాయి. బుధుడు అన్ని వేళల్లో బలాన్ని కలిగి ఉంటాడు. మిగిలిన గ్రహాలు పగటిపూట బలాన్ని కలిగి ఉంటాయి. శుక్లపక్షం పాడ్యమి నుండి శుక్లపక్షం దశమి వరకు చంద్రుడు మధ్యమ బలాన్ని కలిగి ఉంటాడు. దశమినుండి కృష్ణపక్షం పంచమి లేక సప్తమివరకు చంద్రుడు సంపూర్ణ బలాన్ని కలిగి ఉంటాడు. తరువాతి 10 రోజులు క్షీణ చంద్రుడై ఉంటాడు. ఉత్తరాయణంలో సూర్య చంద్రులకు ఎక్కువ బలం చేకూరుతుంది.

కాళసర్పయోగం = రాహు-కేతు గ్రహాలమీద ఆధారపడిన ఒక యోగం. జాతకుని జన్మకుండలిలో రాహు – కేతువుల మధ్య అన్ని గ్రహాలు ఉన్నట్లయితే సంభవించే యోగం. ఇందులో ఆపూర్ణ, సంపూర్ణ కాళసర్ప యోగాలున్నాయి. కుండలిలో ఉన్న రకరకాల రాజయోగాలకు ఈ కాళసర్పయోగం అడ్డంకుల్ని తెచ్చిపెడుతుంది.

కుండలిలో రాహు-కేతువులు ఉచ్చ, స్వస్థానాలలో ఉన్నప్పుడు కాళసర్పదోషంతో ఉత్తమ ఫలాలు ఎక్కువై, దుష్ఫలితాలు తక్కువవుతాయి. జాతకంలో లక్ష్మీయోగం, మాలవీయయోగం, రుచక, భద్ర, శశయోగాల్లో ఏదైనా ఒక యోగం ఉంటే కాళసర్పయోగం బలహీనమవుతుంది.

కాలాంగాలు = కాలపురుషుని అవయవాలకు అనుగుణంగా గుర్తింపబడిన 12 రాశులు. మేషం - తలం, వృషభం - ముఖం, మిథునం - భుజాలు, కర్కాటం - హృదయభాగం, సింహం - పొట్ట, కన్య - నడుము, తుల - పొత్తికడుపు, వృశ్చికం - గుహ్యస్థానం, ధనస్సు - తొడలు, మకరం - మోకాళ్ళు, కుంభం - మోకాళ్ళ క్రిందిభాగం, పిక్కలు, మీనం - పాదాలు - ఇవి క్రమంగా కాలపురుషుని అంగాలు.

కాలంశం = నవాంశంలోని కాలు భాగం.

కాలాఖ్యయోగం = ఆదివారం జ్యేష్ఠ, సోమవారం అభిజిత్, మంగళవారం పూర్వాభాద్ర, బుధవారం భరణి, గురువారం ఆరుద్ర, శుక్రవారం ముఖ, శనివారం చిత్తా నక్షత్రాలు కూడివస్తే సంభవించే ఒక అశుభయోగం. ఈ యోగమున్న రోజుల్లో ధర్మకార్యాన్ని, యజ్ఞయాగాల్ని ఆచరించరాదు. తప్పనిసరి పరిస్థితుల్లో మృత్యుంజయ, నవగ్రహశాంతుల్ని చేయించాలి.

కాళయుక్తి = ఒక సంవత్సరం పేరు. భారతీయుల అరవై చాంద్రమాన

సంవత్సరాల్లో యాభై రెండవది. కీలక = ఒక సంవత్సరం పేరు. భారతీయుల అరవై చాంద్రమాన సంవత్సరాల్లో నలభై రెండవది.

7 . తత్వశాస్త్ర నిఘంటువు - కాలపదాలు

కాలము = time రెండు సంఘటనలు మధ్య వ్యవధి. నిత్య జీవితానుభవంలో కాలము వివిక్త సంఘటనల క్రమంగా అర్థమవుతుంది. కాలాన్ని ప్రత్యక్ష, భావనాత్మక కాలాలుగా విభజించినారు. ప్రత్యక్షకాలాన్ని తిరిగి వివిధ భాగాలుగానో సంఘటనలుగానో విభజించవచ్చు. అవే భూతభవిష్యత్వర్తమానాలు. భావనాత్మక కాలము అమూర్తము. కాలానికి కొన్ని ముఖ్యలక్షణాలను పేర్కొనవచ్చు. 1. సంఘటనల క్రమానికి భూమికే కాలము. 2. కాలమొక్కటే. వివిక్తకాలాలుగా అర్థం చేసుకొనేవన్నీ దానిలో భాగాలే. 3. ఏవైపునుంచి చూసినా కాలము అనంతము. దీనికి ఆదీ లేదు. అంతమూ లేదు. 4. కాలాన్ని అనంతంగా విభజించవచ్చు. అతి సూక్ష్మవిభాగము క్షణము. అది అవిభాజ్యము. క్షణాలు సహాస్తిత్వాలు. 5. ఎడమనేదేదయినా ఉంటే దానిని కాలం పూరిస్తుంది. కాలానికి ఒకే మితి ఉంటుంది. గతంనుంచి వర్తమానానికీ వర్తమానం నుంచి భవిష్యత్తుకూ ఇది సాగిపోతుంది.

హేగల్ సిద్ధాంతం ప్రకారం కాలము అనంతాత్మ రూపవికారము. భారతీయ దర్శనంలో కాలపు శాశ్వతత్వాన్ని దానికి వాడిన ప్రమాణాన్ని బట్టి అంచనా వేయవచ్చు. అది ఆశ్చర్యకరంగా ఉంటుంది. సృష్టికర్త ఒక్కొక్క విశ్వదినాన్ని శాశ్వతసమయాన్ని కొలిచే ప్రమాణంగా వినియోగిస్తాడు. ఒక్కొక్క విశ్వదినానికి సహస్ర యుగాలు. అంటే 43,20,00,000 మానవ సంవత్సరాలన్నమాట. ప్రతి విశ్వసృష్టికీ మధ్య ఉండే వ్యవధి ఇది. సృష్టికర్త రాత్రే ప్రళయము. సృష్టి ఆయన పగలు. ఈ ప్రక్రియ అనాది, అనంతంగా కొనసాగుతుంది. కాలాన్ని అవిభాజ్యమయిన ప్రవాహంగా భావించి, అనుభవికకాల విభాగాలను కృతక విభాగాలుగా భావిస్తాడు బర్గ్ సన్.

జైనుల దృష్టిలో కాలము అనస్తికాయము. అరూపఅజీవము. అది ఏకైకం కాబట్టి వ్యాప్తి లేదు. కాలము అపరిమితము. దానిలో భ్రమణాలుంటాయి. ప్రతి భ్రమణంలోనూ సమాన వ్యవధి ఉండే రెండు యుగాలున్నాను. అవే అవసర్పిణి, ఉత్సర్పిణి. ఆద్యంతాలు లేని కాలాన్ని సాపేక్షకాలంనుంచి జైనులు వేరుగా భావించారు. శాశ్వతమయినది కాలప్రవాహము. విభాజితమయ్యేది సమయము. కాలప్రవాహము సమయానికి ద్రవ్యకారణము.

8. తెలుగు - ఇంగ్లీష్ నిఘంటువు - కాలపదాలు

(Dictionary Telugu - English)

కాలటక = kal-ataka. (Tel. కాలు+అటక). n. A Stick resting in the wall at each end, and serving as a shelf to support pots, & c.

కాలము = kalamu. (Skt.) n. Time, occasion, period, Season, Weather, The tense of a Verb. Death చావు. Blackness నలుపు. భూతభవిష్యద్వర్తమాన కాలములు The Past, Future, and Present tenses. కాలము చేయు to die. వర్షాకాలము the rainy season. శీతకాలము winter. ఎండకాలము summer. వెన్నెల కాలము the bright fortnight or moonlight weather. చీకటి కాలము the dark fortnight. కాలము జరుపు to demur: to put off. మీరు ఎట్లా కాలము జరుపు కొంటున్నారు how do you pass your time, or how do you live?. కాలత్రయము at the three times of the day, morning, noon and night, or, the present, past and future. కాలత్రయమందున్న

perpetually.

కాలకంఠము = kala-kanthamu. n. The black-throat, i. e., a sparrow పిచ్చుక. a peacock నెమలి. A wagtail కాటుకపిట్ట.

కాలకంఠుడు or **కాలకంధరుడు** = kala-kanthudu. An epithet of Siva.

కాలకూటము = kala-kutamu. n. Mortal poison: venom. విషభేదము.

కాలక్షేపము = kala-kshepamu. n. Passing or Spending time. విద్యాకాలక్షేపము literary pursuits. వట్టి కాలక్షేపము mere pastime. గ్రంథ కాలక్షేపము reading. కాలక్షేపము చేయు to pass one's time. నీవు ఇప్పుడు ఎట్లా కాలక్షేపము చేస్తున్నావు how do you now live?

కాలక్రయము = kala-krayamu. n. The price of the day: the present rate; the current price.

కాలఖండము = kala-khandamu. The liver. కారిజము.

కాలచక్రము = kala-chakramu. The circle of time.

కాలజ్ఞము = kalagnyamu. A cock, as Knowing the hour.

కాలజ్ఞపత్రి = kala-gnyapatri. n. A cock, also, the

cuckoo. "కాలజ్ఞపత్రిరుతం బెట్లు చెలంగుమానకుపిత స్త్రీ కర్ణదంభోళియై." A. v. 110.

కాలజ్ఞానము = kala-gnyanamu. n. Knowledge of time. Predictive Knowledge. Certain histories or legends are written under this name. as the విద్యారణ్యకాలజ్ఞానము, the సర్వజ్ఞ కాలజ్ఞానము, the చెన్నబసవ కాలజ్ఞానము being the visions or predictions regarding particular saints.

కాలజ్ఞుడు = kalagnyudu. n. An astrologer జ్యోస్యుడు.

కాలధర్మము = kala-dharmamu. n. The debt of nature. Death మరణము. అకాలమృత్యువు untimely death.

కాలప్రవృత్తి = kala-pravritti. n. Evacuation. నేడు నాకు కాలప్రవృత్తి కాలేదు I had no motion to-day.

కాలయాపనము = kala-yapanamu. n. Delay, loss of time.

కాలవహ్ని = kala-vahni. n. The devouring flames destined to burn up the world. A consuming fire, a conflagration.

కాలవిళంబము = kala-vilambamu. n. Tardiness, loss of time, delay.

కాలసూత్రము = kala-sutramu. n. A name of a region in the hell of the Hindu Puranas.

కాలహరణము = kala-haranamu. n. delay, loss of time.

కాలాంతకుడు = kal-antakudu. n. One who brings the end. An epithet of Siva.

కాలాంతరము = kal-antaramu. n. another time. కాలాంతరమందు or కాలాంతరేణ though the lapse of time, at another time.

కాలాతీతము = kal-atitamu. n. Delay, loss of time. కాలాతీతమైనది it is now too late.

కాలార్కుడు = kal-arkudu. The sun that at the last day. shall scorch up the world.

కాలావధి = kal-avadhi. n. The end of a year or season.

కాలావసానము = kal-avasanamu. n. The end of time, i. e., death.

కాలికము = kalikamu. adj. Regarding time. బహుకాలికమైన of long standing. ఈషత్కాలికమైన temporary, momentary.

కాలోచితము = kal-ochitamu. adj. Seasonable. కాలోచితపు మాటలు such words as suited his purpose.

కాలరి = kalari. (Tel.) n. A foot soldiers. పదాతి, బంటు. A messenger దూత. (భార. ఉద్యో. 1) A poll tax జనహాసీలు.

కాలాయసము = kal-ayasamu. (Skt.) n. Iron.

9. తెలుగు - తెలుగు నిఘంటువు - కాలపదాలు

కాలకంఠం = వి. కాటుకపిట్ట; నెమలి; పిచ్చుక. విణ. కంఠం దగ్గర నలుపు ఉన్న; నల్లని కంఠం ఉన్న.

కాలకంఠుడు = వి. శివుడు, కరకంఠుడు, కాలకంధరుడు, కాలకాలుడు.

కాలకందకం = వి. నీటిపాము.

కాలకంధరుడు = చూ. కాలకంఠుడు.

కాలకం = వి. కంటిలోని నల్లగుడ్డు; పుట్టుమచ్చ; కారిజం; లక్క; కరివేము; నీటిపాము. విణ. నల్లని.

కాలకాలుడు = చూ. కాలకంఠుడు.

కాలకీటం = వి. కోలాహలం.

కాలకూటం = వి. హాలహల విషం; ఔషధం; విషభేదం.

కాలకృత్యం = వి. నిద్రలేచిన తరువాత చేసే శౌచకార్య క్రమం.

కాలక్షేపం = వి. ఆలస్యం, జాగు, విలంబం, ఉబుసుపోక, కాలం వెళ్ళబుచ్చడం, కాలయాపనం.

కాలఖంజనం/డం = వి. కార్జం.

కాలగంగ = వి. యమునానది.

కాలగోచరుడు = వి. మృత్యుడు, కాలధర్మం చెందినవాడు, కాలవశుడైనవాడు.

కాలచక్రం = వి. చక్రాకారంగా తిరిగే కాలం, కాల రూపమైన చక్రం.

కాలజ్ఞం = వి. కోడి; కోయిల.

కాలజ్ఞానం = వి. జ్యోతిశ్శాస్త్రం.

కాలజ్ఞాని = వి. కాలాన్ని గురించి ఎరిగినవాడు; కోడి.

కాలజ్ఞుడు = వి. జోస్యుడు; తగిన సమయం తెలిసినవాడు.

కాలం చెల్లిపోవు = క్రి. ప్రాముఖ్యం కోల్పోవు, వర్తమానానికి పనికిరాకుండా పోవు.

కాలంచెల్లు = ప. బం. మరణించు; గడువుతీరిపోవు.

కాలంచేయు = ప. బం. మరణించు, చనిపోవు.

కాలంజరం = వి. యోగులు సమావేశం అయ్యే చోటు; ఒక పర్వతం.

కాలటుక = వి. పాత్రలుంచడానికి గోడలో అమర్చిన చెక్క అర.

కాలతామసం = వి. కాలయాపనం, కాలాతిక్రమణం, ఎక్కువ ఆలస్యం.

కాలత్రయం = వి. భూత వర్తమాన భవిష్యత్కాలాలు.

కాలదన్ను = క్రి. కాలితో తన్ను; తోసి పుచ్చు, తృణీకరించు, వచ్చిన

అవకాశాన్ని జారవిడుచు.

కాలదోషం పట్టు = క్రి. గడువు తీరిపోవు, నియమిత కాలం దాటిపోవు.

కాలధర్మం చెందు = ప. బం. మృతిచెందు.

కాలధర్మం = వి. కాలం స్వభావం; చావు, మరణం.

కాలనిర్ణయం = వి. రాజులుకాని రాజవంశాలు కాని పాలించిన కాలాన్ని నిర్ణయించడం; ఒక పని చేయడానికి సమయాన్ని నిర్ణయించడం.

కాలపక్వం = విణ. కాల పరిపాకం చెందిన; మృతి చెందడానికి సిద్ధమైన.

కాలపరిమితి = వి. ఒక పనిని పూర్తి చేయడానికి నిర్ణయించిన గడువు.

కాలపర్యయం = వి. కాలం మార్పు, కాలభేదం.

కాలపాశికుడు = వి. యముడు; ఉరితీసేవాడు.

కాలపాశం = వి. యముడి పాశం; ఉరితాడు.

కాలం = వి. వేళ, సమయం; నలుపు; చావు; కంటి నల్లగుడ్డు; మూడు అనే సంఖ్య; కోయిల; తాళం; ప్రమాణం; తాటిచెట్టు; మద్దిచెట్టు జిగురు; కాలీయకమనే గంధ ద్రవ్యం; ఇనుము.

విణ: నల్లని; దుష్టమైన; క్రూరమైన.

కాలమానం = వి. కాల పరిమాణం, కాలం కొద్దీ.

కాలమాని = వి. గడియారం.

కాలయాపన చేయు = క్రి. కాలం వ్యర్థం చేయు.

కాలయాపనం = చూ. కాలక్షేపం.

కాలరాత్రి = వి. ప్రళయకాలం; చీకటి రాత్రి; దీపావళి అమావాస్య; యముని తోబుట్టువు.

కాలరాయు = క్రి. నిరంకుశంగా అణచివేయు, నాశనం చేయు, అణగదొక్కు.

కాలరి = వి. దూత, చారుడు; కాలిబంటు; పదాతి; వార్తాహరుడు; ప్రయాణం చేసే వాడిచ్చే పన్ను.

కాలలోహం = వి. ఉక్కు.

కాలవ = వి. చిన్ననది, నీళ్ళు పారే మార్గం;

రూ. కాలువ, కాల్వ.

కాలవాచకాలు = వి. కాలాన్ని తెలిపే శబ్దాలు.

కాలవేయు = క్రి. అగ్గిలో వేయు, కాల్చు.

కాలశేయం = వి. మజ్జిగ; కలశంలో ఉండేది.

కాలసర్పం = వి. నల్లత్రాచు.

కాలసారం = నల్ల ఇర్రి, నల్లజింక; పచ్చగంధం.

కాలసూత్రం = వి. కాలాన్ని నడిపే సూత్రం; ఉరితాడు వంటి మృత్యుహేతువయిన సూత్రం; నరకభేదం.

కాలహరణం = వి. కాలం వృథాకావడం; జాగు, ఆలస్యం.

కాలహాని = –పై–

కాలాగ్ని = వి. ప్రళయాగ్ని.

కాలాంజనం = వి. చాలా నల్లని ఒక అంజనం.

కాలాతీతం = వి. తగిన సమయం మించిపోవడం; కాలాతిక్రమణం.

విణ. సమయం మించి పోయిన

కాలానుగుణమగు = క్రి. ఆయా కాలాలకు తగు.

కాలాంతకుడు = వి. శివుడు; అసాధ్యుడు.

కాలాంతరం = వి. మరొక కాలం; కాలానికి కాలానికి మధ్యగల వ్యవధానం.

కాలాభ్రం = వి. నల్లని మేఘం, నీటితో ఉన్న మేఘం.

కాలాయసం = వి. ఇనుము; ఉక్కు.

కాలారి = చూ. కాలరి.

కాలావధి = వి. గడువు.

కాలిక = వి. పార్వతి; ద్రౌపది; కుబ్జ; రోమావళి; బొగ్గు; కొత్తమబ్బు; నలుపు; వైవర్ణ్యం; నల్లజీలకర్ర; ఉడత; నల్లపిచ్చుక; తేలుకొండి; నెలసరి వడ్డీ; మద్యం; తొగరి మన్ను; నల్లసిరా; మబ్బుల వరుస;

10. తెలుగు (జి.ఎన్.రెడ్డి) పర్యాయపద నిఘంటువు - కాలపదాలు

కాలం	ఆపష్ఠువు, జగదాధారము, జ్రవి, నేము, ఏయువు, పూట, ప్రొద్దు, భూకబు)ము(, వడి, వేళ, సమయము, సర్వమూషకము, సావి, సేపు, హయాము, హరిమ.
భూత కాలం	గతకాలం, గతము.
భవిష్యత్కాలము	ఆప్తి, ఆయతి, ఉత్తరకాలం, ఉదర్కము, భావి, భావ్యము, మీదు, శ్వస్తనము, శ్వస్తము
వర్తమానము	విద్యమానము, సమకాలం
మధ్యకాలం	నడుమంత్ర)తర(ము, సందు,

	సందుకట్టు
ఆయుక్త కాలం	అకాండము, అకాలం.
యుక్త కాలం	పరువము, ప్రస్తావము, యుక్తసమయము.
చాలా కాలం	కలకాలం, చిరకాలం, చిరము, బహుకాలం
అల్పకాలం	క్షణకాలం, తవన
ప్రాచీనకాలం	చిరంతనము, నిరవహలిక, పురాకల్పము, పురాతనము, పూర్వము, ప్రయత్నము, ప్రక్తానము
ఆధునిక కాలం	అధునాతనము, నవీనకాలం
పూర్వము	క్రితము, గతకాలం, గతము, తొలి, తొలుత, తొల్లి, ముందు, మునుపు, మున్ను, మొదలు, లోగడ.
కల్పము	బ్రహ్మదినము

కృతయుగము	సత్యయుగము
ద్వాపరయుగము	యజ్ఞియము
కలియుగము	కర్మయుగము, కలికాలం, ఝర్ఝరము
సంవత్సరము	అనువత్సరము, అబ్దము, ఉర్వటము, ఋతువృత్తి, ఏడాది, ఏడు, కారు, యుగాంశకము, వత్సము, వత్సరము, వరుసము, వర్షము, శకము, సంవత్సరము, సమ, సాలు, హాయనము.
గతసంవత్సరము	నిరుడు, పరుత్నము
నిరుడుకు ముందు సంవత్సరము	దొరసెము, ముందటేడు
ఉత్తరాయణము	ఉదగయనము
దక్షిణాయనము	యామ్యయనము
ఋతువు	కందువ
వసంత ఋతువు	ఆమని, ఇష్మము, ఋతుపతి, కామలము, కామవల్లభము, కామసఖము, కుసుమాకరము, కుసుమాగమము,

క్షిపణ్యువు, ననకారు, పర్మరుహము, పికబాంధవము, సికానందము, పుష్పాకరము, పుష్పాగమము, పూదఱి, పూవులకారు, పాల్గుణానుజము, బలాంగకము, మందునెల, మదనము, మధువు, మాధవము, రిధమము, వసంతము, వసంతర్తువు, సరణ్యువు, సురభి.

గ్రీష్మఋతువు ఉష్ణకము, ఉష్ణము, ఉష్ణాగమము, ఉష్ణాభిగవము, ఉష్ణోవగమము, ఉష్మకము, ఉష్మాగమము, ఎండాకాలం, గ్రీష్మము, ఘర్మము, తపము, తపర్తు, తాపము, నీదాఘము, నైదాఘము, మైత్రము, వెట్ట, వెట్టకాలం, వేసగి) వి(, శుచి, స్తవము.

వర్ష ఋతువు అక్షరి, కారు, క్రొక్కారు, క్షరి, ఘనకాలం, ఘనాకరము, ఘర్మాంతము, చాతకానందము, చిత్తడి)ఱి(, జలదాగమము, తిధము, తొలకరి,

	తొలుకారు, నభము, నీరామని, ప్రాప్ఫుట్కాలము, ప్రాపట్టు, ప్రుష్యకము, మేఘోగమము, వర్షర్తువు, వానకారు, వానతటి, వానకాలం.
శరదృతువు	ఘనాత్యయము, జలదక్షయము, జలాత్యయము, పంటకారు, ప్రావృడత్యయము, వర్షానస్వాము, వెన్నెలకారు, శరత్కాలము.
హేమంత ఋతువు	ఉష్ణాసహము, దస్రము, ప్రసలము, మంచుకారు, మంచుతటి, హ(త్రువు, హిమకూటము, హిమవేళ, హిమాగమము, హేమంతము, హేమము, హైమలము
శిశిర ఋతువు	చలికారు, చలికాలం, పర్ణముచము, మలుగారు, శీతకము, శీతర్తువు, శీతము, సీతు, సితుకందువు .
నెల	చందు, ద్విపక్షము, మాసము, వాజజము, వాజము, శ్రామము.

అధికమాసము	మలమాసము.
చాంద్రమాసము	వెందవము, చాంద్రము .
చైత్రము	చైత్రికము, తొలినెల, పాల్గునానుజము, మధువు, ముత్తెపురిక్కనెల, సురభి
వైశాఖము	చేటరిక్కనెల, మాధవము, రాధము
జ్యేష్ఠము	జ్యైష్ఠము, తాటిరిక్కనెల, పెద్దనెల
ఆషాడము	నీటిరిక్కనెల.
భాద్రపదము	ఎనిమిది కాళ్ళరిక్కనెల, నభస్యము, ఇందాపనెల, ఇషము, తొలురిక్కనెల.
కార్తికము	కార్తికికము, కౌముదము, బాహులము, మంగలి కత్తి, చుక్కనెల.
మార్గశీర్షము	అగ్రహాయణము, ఆగ్రహాయణము, ఆగ్రహాయణికము, జింకతలచుక్కనెల,

	పండగనెల, పొంగటినెల, మార్గము, మార్గశిరము, మార్గాయణి, హైయ్యము.
పుష్యము	తిష్యకము, తిష్యము, తైషము, పొట్లపూరిక్కనెల, పౌషము, సహస్యము.
మాఘము	చలినెల, జన్నపురిక్కనెల.
ఫాల్గుణము	చలినెల, తపస్య, ప్రొద్దురిక్కనెల, ఫల్గుణము, ఫాల్గుణము
కృష్ణపక్షము	అపరపక్షము, కటిపక్కము, బహుళపక్షము, భూతపక్షము, మలుపక్కము, విధుక్షయము
శుక్లపక్షము	చాంద్రము, తెలిపక్కము, తొలుపక్కము, పూర్వపక్షము, సితపక్షము.
భాద్రపదబహుళపక్షము	పితృపక్షము, ప్రేతపక్షము.
ఆదివారము	అర్కవారము, ఆదిత్యవారము, రవివారము.
సోమవారము	ఇందువారము, నెలవారము.
మంగళవారము	అంగరవారము, అంగారకవారము, కుజవారము, చరము, జయవారము, భౌమదినము.

బుధవారము	పెద్దవారము, సౌమ్యవారము.
గురువారము	బృహస్పతివారము, బేస్తవారము, లక్ష్మీవారము.
శుక్రవారము	భృగువారము.
శనివారము	స్థిరవారము.
సమయము	అంతరము, అజ్జ, అదరు, అదను, అవసరము, కాలం, కోపు, తరుణము, తఱి, తోయము, దిష్టము, పట్టు, పాళము, పూట, పొద్దు, ప్రొద్దు, బొక్కము, మానము, వయిళము, వారము, వేళ, వైళము, శ్రామము, సందర్భము, హదను.
లగ్నము	ధారిక, ముహూర్తము, మూరుతము, మూర్తము, లగనము, లగ్గము .
దినము	అహము, ఆయత్తి, ఘసము, తేది, దండయామము, దివము, దివసము, ద్యువు, నాడు, పూట, ప్రొద్దు, బ్రధ్నము, రోజు, వాశ్రము, వాసరము, వేళ .

ప్రతిదినము	అనుదినము, అనువాసరము, అన్వహము, అహర్దివము, దినదినము, నానాడు, నిచ్చ ప్రత్యాహము
నేడు	ఈనాడు, ఈప్రొద్దు, ఈరోజు
తేపు	ఎల్లి.
గడియ	ఘటి, ఘటిక, విగడియ, విఘటిక.
సంధ్య	ద్విజమైత్రి, పితృప్రసువు, పుంట, పురుట, పురట, పూట, బ్రహ్మభూతి, సంజ, సందె
వేకువ	అపరాత్రముః, ఉచ్చంద్రము, వేగుజాము, వేగబాటు, వేగునోక, వెబోక.
ఉదయసంధ్య	అగ్రసంధ్య, తొలుసంజ, తొలుసంధ్య, ప్రాతఃసంధ్య, మొదలి సంజ.
ప్రాతః కాలం	అహరాది, అహరారంభము, ఉష, ఉషః కాలం, ఉషస్సు, ఉషకము, ఊషము, కల్యము, కల్యవేళ, కాల్యము, గోపీతము, గోసంగము, గోసము, గోసర్గము, దిముఖము, దినాగమము, దినాది, దివసముఖము, నిశాంతము,

నిశాత్యయము, నిశావసానము, నిశోత్సర్గము, పొద్దు, ప్రతిరసము, ప్రత్యుత్త్యూషము, ప్రభాతము, ప్రేపు, ప్రొద్దు, బ్రహ్మము, బ్రహ్మముహూర్తము, బ్రహ్మవేళ, రేపకడ, రేపాడి, రేపు, వఱువాత, వాసర ముఖము, విభాతము, వ్యుష్టము, సూనృత, స్త్రీఘోషము .ఉదయమగు, కన్వేగు, తెలతెలవెలుగు, తెల్లవాఱు, వేగు.

సూర్యోదయము	ఉదయము, ఉదితి, పొడుపు, ప్రొద్దుపొడుపు.
ఉదయించు	చెక్కలొత్తు, తోతెంచు, తోపించు, పొడతెంచు, పొడము, పొడుచు.
పూర్వహ్ణము	ప్రాహ్నము, దినాది, దినారంభము, దినముఖము, దివసముఖము, లేబగలు, వాసరముఖము.
మధ్యాహ్నము	ఆవర్తనము, ఉద్దినము, దినయౌవ్వనము, నడిప్రొద్దు, పట్టపగలు.

సాయంకాలం ఉత్సూరము, దినాంతము, దినాత్యయము, నేము, పగలింటికడ, మాపటివేళ, మాపు, సంధ్యాసమయము, ససంధ్యము, సాయం సమయము, సాయము, సాయాహ్నము.

సాయం సంధ్య అసురసంధ్య, ఎడప్రొద్దు, ఎఱసంజ, కడసంజ, గోధూళి, నిశాది, నెత్తురుప్రొద్దు, నెఱసంజ, మఱుసంజ, సందెవేళ, సబలి.

మునిమాపు నక్తముఖము, నిశాముఖము, పెందలకడ, పెందలాడ, ప్రదోషము, రజనీముఖము.

అస్తమించు అత్తమిల్లు, క్రుంకు, పడు, వ్రాలు.

పగలు అంశకము, అహము, కోకహితము, సుస్రము, ఘృణి, దినము, దివము, దవిసము, ద్యువు, పద్మబంధువు, పవులు, భానువు, భాస్వరము, రవిధ్వజము, వాసరము.

రాత్రి అంజనము, అంధిక, అవిషి, అవ్యధిషి, అసుర, ఆవసతి, ఇందు కాంత, ఉష, కలాపిని, కాళి, క్షణద, క్షణిని, క్షప, క్షమ,

క్షాణి, క్షాణిని, ఘూరి, ఘృతాచి, ఘోర, జ్యోతిష్మతి, చంద్రకాంత, చక్రభేదిని, తమస్వతి, తమస్విని, తమ)మి(, తారకిణి, తారాభూష, తొంగి, త్రియామ, దోష, నక్తము, నిరాతప, నిశ, నిశీత్య)థ్య(, నిశీథము, నిశీథిని, నిషద్వర) రి(, నిసి, పయస్సు, పైశాచి, భౌతి, మాపు, మాలతి, యామవతి, యామి, యామిక, యామిని, యామ్య, రక్షోజనని, రజని, రమ్య, రాతిరి, రెయి, రేయి, రేతిరి, వసతి, వాసతేయి, వాసుర, విభావరి, శతాక్షి, శత్వరి, శమని, శర్య, శర్వరి, శ్యామ, సారంగము, సూచిని, హిమము.

చీకటిరాత్రి తమిస్ర, తామసి.

వెన్నెల రాత్రి జ్యోత్స్న, జ్యోత్స్ని, సజో త్స్న.

అర్ధరాత్రి అద్దమరేయి, అర్ధనిశ, అర్ధరాత్రము, ఆవసతి, కాందారి మాందారి ప్రొద్దు, నడి)డు(రాతిరి, నడి)డు(రేయి, నడుజాము, నిశీథము, నిసం)స్సం(పాతము,

మధ్యరాత్రము, సర్వావసరము .

రాత్రిందివము	అహర్నిశము, అహోరాత్రము, నక్తందివము, పక్షాంగము, రాత్రింబగళ్ళు, రేవగలు, వాసరము.
చీకటి	అంధకారము, అందము, అగువు, ఆసక్తము, ఇర్లు)రులు(, చీకువాలు, తమము) స్సు(, తమిస్రము, తామిస్రము, తిమిరము, ధ్వాంతము, నభాకము, నభోరజస్సు, నిశాచర్మము, నీలపంకము, పాణిందమము, భూచ్ఛాయ, మబ్బు, మేచకము, మైల, రజోబలము, రజోరసము, వియద్భూతి, వృత్రము, శార్వరము, శ్యామకి.
చీకటిపడు	అంధకారమగు, చీకటిగొను, బుధప్రకాశోదయమగు.
కటిక చీకటి	అంధ)ధా(తమసము, అంధతామిస్రము, గబ్బుచీకటి, చిమ్మచీకటి, చిమ్మనచీకటి, శార్వరము, సంతమము, సంతమసము.

చిఱుచీకటి	అవతమసము, కనుచీకటి, కనుమబ్బు, క్రొంజీకటి, పొడిచీకటి, మసకచీకటి, మునిచీకటి, మఱిచీకటి, సంజచీకటి .
అమావాస్య	అమ, అమవస, అమామంస్య, అమామ)మా(సి, అమాన)వా(సి, అమాస, అర్కేందు సంగమము, ఆకరము, ఇందుక్షయము, దర్శము, నందివర్ధనము, పంచదశి, పక్షాంతము, పర్వణి, పితృ తిథి, పితృదినము, పిత్ర్య, సోమక్షయము.
అశ్విని	అశ్వకిని, అశ్వత్థము, అశ్వయుక్కు, గుఱ్ఱపుచుక్క, తోలురిక్క, దాక్షాయణి, బాలిని.
భరణి	బరణిచుక్క, యమదైవత, యామి, యామ్య, యోగ్య.
కృత్తిక	అగ్నిదేవ, అగ్నిభము, అనలము, కత్తెర, కార్తె, బాహుల మంగలకత్తిరూపు.
రోహిణి	ప్రాజేశము, బండిరిక్క, బ్రాహ్మి, శకటము, శకటిహ్వ.

మృగశిర	ఆగ్రహాయణి, ఇందుభము, ఇందువు, ఐందవము, చాంద్రమాసము, చాంద్రము, జాబిలి రిక్క, జింకతలచుక్క, తారామృగము, మార్గము, మార్గాయణి, మృగశీర్ష, మృగశీర్షము, సౌమ్య .
ఆర్ద్ర	కాలిని, పగడపు రిక్క.
పునర్వసు	అదితి, ఉప తిష్యము, కుక్కచుక్క, పొదరిండ్ల చుక్క, యాప్తకము.
పుష్యమి	ఆంగిరస, ఇజ్యము, గురుదైవతము, గురువు, తొండరూపు రిక్క, పుష్యము, పొట్టపురిక్క, బార్హస్పత్యము, సిధ్యము.
ఆశ్లేష	అసిరేలు, ఉషతిష్యము, ఔరగము, నాగ నక్షత్రము, ఫణితార, భుజంగభము, భుజంగము, భోగి, సప్పపుచుక్క, ఆశ్లేష కూటమి, సార్పము, సార్ప్యము.
మఘ	జన్నపుచుక్క, పాలకీబొంగుచుక్క, పితరులచుక్క
పూర్వఫల్గుని	పాముకంటిచుక్క, పుబ్బ

ఉత్తరఫల్గుని	అర్యమదేవ, ఉత్తర, ఉత్తరఫాల్గుని, ప్రొద్దురిక్క.
హస్త	ఇనుము, కైసాటిరిక్క.
చిత్త	చిత్ర, త్వాష్ట్రి, ముత్తెపురిక్క, ముత్తెపుసనతు.
స్వాతి	అనిలము, కరువలిరిక్క, కెంపుసవతురిక్క, ప్రాభంజనము.
విశాఖ	కుమ్మర సారెచుక్క, చేటరిక్క, జోడువేల్పురిక్క, ద్విదైవతము, రాధ.
అనూరాధ	చెలిమి చుక్క, దోరణపుసాటి రిక్క.
జ్యేష్ఠ	ఇంద్రనక్షత్రము, తాటిరిక్క, పురందరము, పౌరందరము, శక్రము.
మూల	అంకు సంబుమాద్రి, అస్రవము, నిర్పతి, నైర్పతము, సోకుచుక్క.
పూర్వాషాఢ	జలపతి, తొలునీటి రిక్క, నీటి రిక్క.
ఉత్తరాషాఢ	ఉత్తరసాల, ఏచకంకటిచుక్క.
శ్రవణము	కటివేల్పు రిక్క, తూపరిక్క, విష్ణువు, శ్రుతి,

శ్రోణ, హరిదేవము.

ధనిష్ఠ ధనపతి, మందాగ, మద్దెలరూపురిక్క, వసుదేవత, శ్రవిష్ఠ.

శతభిషము నీటిరేనిరిక్క, శతతారిక, శతభిషము.

పూర్వాభాద్రపద అజపాదము, అజైకపొత్తు, ఎనిమిదికాళ్ళచుక్క, పూర్వభద్రపదము.

ఉత్తరభాద్రపద ఉత్తరభద్రపద, ప్రొష్ఠపద, ముక్కంటిచుక్క.

రేవతి అంత్యభము, కడచుక్క, కొనరిక్క, నీధ్రము, నీవ్రము, పౌష్ణము, మీనురూపురిక్క, ముప్పదిరెంటిగుంపు.

అభిజిన్నక్షత్రము అభిజిత్తు, కానరానిచుక్క, బొమ్మచుక్క.

తోకచుక్క కేతుతార, ధూమకేతనము, ధూమకేతువు.

11. తెలుగు వ్యుత్పత్తి కోశం (రెండో సంపుటం)

- కాలపదాలు

కాల = వి. కప్పేటప్పుడు వెల్లకిల పెట్టిన పెంకు.

కాలకట్ట = రూ. కాలికట్ట. వి. ఆముకుచుట్టూ గుండ్రంగా కుండలపైన అమర్చినగడ్డి.

కాలగింజలు = వి. బ. వ. బావాంచాలు, కారుబోగి విత్తులు.

కాలగుంజ = రూ. కాలిగుంజ. 1. నిట్రాతికి చుట్టూగాని పందిరి గుంజలకు పక్కనగాని పాతిన పొట్టి గుంజ; 2. ఇళ్ళకు ఒక పక్కగా దించిన వసారకు ఆధారంగా ఉండే కొయ్యకంబం.

కాలనీళ్ళు = వి. దిష్టితీసిన పసుపునీళ్ళు మొదలైనవి.

కాలబోదె = వి. మూస, అర్చీలు, శ్లాబులు మొదలైనవాటి నిర్మాణానికి పనికివచ్చే తాత్కాలికపు కట్టు.

కాలము = వి. సంవత్సరం.

సం. కాల – సమయం. <సం. కాల–(అర్థవిపరి.)

కాలధర్మముచెందు = అ. క్రి. మరణించు (అర్థవిపరి.)

కాలమగు = అ. క్రి. మరణసమయమగు, <కాలము+అగు (అర్థవిపరి.)

కాలమయిపోవు = అ. క్రి. చనిపోవు.

కాలముచేయు = అ. క్రి. చచ్చిపోవు. వరాహ. 10.40. క. *కాలమ్ జెయ్*. చచ్చు. కాల-కాలం. మరణ సమయం; త. *కాలమ్ - చెయ్*, చచ్చిపోవు; మ. కాలమ్-*చెయ్ క*, చచ్చు.

కాలముచేరు = అ. క్రి. అంత్యకాలం సమీపించు, మరణించు.

కాలము చేరువగు = అ. క్రి. కాలందాపురించు, మరణం ఆసన్నమగు.

ప్రభా. 1. 127.

కాలముఖము = వి. కాలానుగుణమైన కార్యం.

సం. కాలముఖ-, సమయముఖం.

<సం. కాలముఖ- (అర్థవిపరి.)

కాలమెసర = వి. గిరుగుడు, చిలక దుడ్డిచెట్టు (Caseria Formeuocos).

కాలసంఖ్య = వి. దానమిచ్చిన సంవత్సరం. సం. కాలసంఖ్యా, సమయం యొక్క అంకె. <సం. కాలసంఖ్యా (అర్థవిపరి.)

కాలాంతకుడు = వి. అసాధ్యుడు.

సం. కాలాంతక-, యముడి హంతకుడు.

<సం. కాలాంతక- (అర్థవిపరి.)

కాలావసరములు = వి. బ. వ. కాలకృత్యాలు. పండి. చ. 2.452.

సం. కాలావసర-, వేళకు అవసరమైనవి.

<సం. కాలావసర- (అర్థవిపరి.)

12. పత్రికాభాషా నిఘంటువు - కాలపదాలు

కాలం చెల్లిపోవు = క్రి. Kaalam-cellipoovu: మారిన పరిస్థితులలో ప్రాముఖ్యం కోల్పోవు to become irrelevant బ్రిటిష్ కాలంలో ప్రవేశపెట్టిన వాయిదా తీర్మానం పద్ధతికి కాలం చెల్లిపోయిందని శాసనసభ స్పీకర్ స్పష్టం చేసారు) ఈనాడు 23.3.88).

కాలదోషంపట్టు = క్రి .Kaaladoosampattu: (ఒప్పందం గడువు తీరిపోవు to lapse నేపాల్‌తో వాణిజ్య సంబంధాల గురించి ప్రస్తావిస్తూ ఒప్పందాలు కాలదోషం పట్టడానికి నేపాల్‌దే బాధ్యత అని ఆయన అన్నారు) ఆం .భూ .18.7.89.(కాలధర్మం = వి . Kaaldharmam: వృద్ధాప్యంలో సంభవించే మరణం death) as in old age) రజాలీ కాలధర్మం: ప్రముఖ పత్రికా రచయిత శ్రీ సయ్యదా రజాలీ గురువారం ఉదయం ఇక్కడ మరణించారు. ఆం .ప్ర . 11.3.88 కాలపరిమితి = వి .Kaala parimithi: ఒక పనిని పూర్తి చేయటానికి నిర్ణయించిన గడువు time limit బోఫోర్స్ కమిటీ

కాలపరిమితి ఆరోజుతో ముగుస్తుంది) ఆం.భూ .23.4.88 .(కాల పరీక్ష = వి .Kaala pariiksa: ఒక విధానం అమలులో ఉన్న సమయంలో ఎదురయ్యే ఒడిదుడుకులు test of time ప్రస్తుత ఎన్నికల వ్యవస్థ 'కాల పరీక్షకు' తట్టుకొని నిలబడిందని, వి. ఎన్. గాడ్గిల్ నాయకత్వాన గల ఈ కమిటీ అభిప్రాయపడింది) ఆం .ప్ర . 15.10.88.

కాలబద్ధ ఒప్పందం = .వి .Kalabaddha oppandam: ఒక పరిమితి గల గడువు లోపల అమలులో ఉండేటట్లు) దేశాల లేదా సంస్థల మధ్య (కుదిరిన అంగీకారం time – bound agreement ఈ కాలబద్ధ ఒప్పందంపై సోవియట్ యూనియన్ తరపున ఆ దేశ సైన్సెస్ అకాడమీ అధ్యక్షుడు సరిమార్టుకే, భారతదేశం తరపున ప్రధానమంత్రి సైంటిఫికా సలహాదారు సి .ఎన్ .రావు సంతకాలు చేసారు) ఉ.29.6.87 .కాలయాపన చేయు =క్రి .Kaalaraayu)స్వేచ్ఛ, హక్కులు మొ .వాటిని (నిరంకుశంగా అణచివేయు; to suppress (freedom, rights etc.)…. అణచివేసినట్టే ప్రస్తుత ఉద్యమాన్ని కాలరాయాలన్న పెడధోరణి వ్యక్తమవుతుంది) ఈ . 31.5.89 (కాలహరణం = .వి .Kaalaharanam: సమయం వృథా అవటం delay పో.చూ .కాలయాపన చేయు, ప్రస్తుత పరిస్థితిలో న్యాయం పొందటానికి ఎంతో ఖర్చు అవుతుందని, కాలహరణమవుతున్నదని ఫలితంగా సామాన్య ప్రజలు బాధపడవలసి

వస్తున్నదని ఆయన పేర్కొన్నారు) ఈ .16.8.89 .(

కాలరాయు = క్రి. kaalaraayu (స్వేచ్ఛ, హక్కులు మొ. వాటిని) నిరంకుశంగా అణచి వేయు; to suppress (freedom, rights etc.).... *మూడేళ్ళ కిందట ప్రజాస్వామ్య ఆందోళనను విదేశీ బూచిని ఉటంకించి అణచివేసినట్టే ప్రస్తుత ఉద్యమాన్ని కాలరాయాలన్న పెదధోరణి వ్యక్తమవుతుంది.* (ఈ. 31.5.89)

కాలానికి నిలుచు = క్రి. kaalaaniki nilucu (విధానాలు, పద్ధతులు మొ.) అనేక సమయాలలో ఏర్పడే ఒడిదుడుకులకు తట్టుకొని పటిష్ఠంగా ఉండు to stand up to the test of time *రాజ్యాంగంలో పెద్ద మార్పులు చేయాల్సిన అవసరం కూడా లేదని రాజ్యాంగ ప్రాథమిక నిబంధనలు కాలానికి నిలిచాయని కమిషన్ భావించింది.* (ఈ. 30.1.88)

13. పారమార్థిక పదకోశం - కాలపదాలు

కాలం = సమయానికి సామాన్యార్థం. పరమాత్మ. కాల దండమనే యోగం, గుణాలను క్షోభింపజేసే ఒక భగవద్విభూతి, యముడు, మృత్యువు, మేఘమనే తుష్టి, ఒకానిక ద్రవ్యం అనేవి ఇతర అర్థాలు.

కాల కర్ణి / కాల కర్ణిక / కాల కార్ణిక = పెద్దమ్మ; జ్యేష్ఠాదేవి.

కాల కాలం / కాల కాలుడు = కాలానికి కాలం అంటే మృత్యువునకు మృత్యువు. పరమశివుడే కాల కాలుడు.

కాల భైరవుడు = శివుడివల్ల పుట్టిన ఒక ఉపాస్య దైవం. ఆయన కాశికాపురాధి నాథుడు. వామాచారాన్ని అనుష్ఠించేవారు, ఇతరులూ కూడా కాలభైరవుడిని అర్చిస్తారు. కాశి (వారణాసి) లోని కాల భైరవుడి ఆలయంలో మద్యం నివేదనగా, ఇష్టమైతే ప్రసాదంగా ఇచ్చే ఆచారం ఉంది. ఆది శంకరులు ఈ స్వామిపై "కాశికాపురాధినాథ కాల భైరవం భజే" అనే మకుటంతో ఒక అష్టకాన్ని రచించారు.

కాల వ్యూహం = క్షణం, ఘడియ అనే కొద్దిపాటి సమయాల మొదలు కల్పం అనే అతి దీర్ఘకాలం వరకు వివిధమైన పేర్లు కలిగిన కాల

విభాలన్నింటిని కలిపి కాల వ్యూహం అన్నారు. అచ్చులు, హల్లుల వర్ణ సముదాయం అనే అర్థం కూడా ఉంది.

కాల సూత్రం = ఒక నరకం.

కాలాగ్ని = 1. ప్రళయ కాలంలో వెలువడే అగ్ని. 2. పంచముఖి రుద్రాక్ష.

కాలాగ్ని రుద్రుడు = సర్వ సంహార కర్త. రుద్రుడు.

కాలాముఖ శైవం = క్రీస్తు శకం 600–1000 సంవత్సరాల మధ్య పాశుపతం నుంచి వేరుపడి అవతరించిన ఒక శైవశాఖ కాలాముఖం. ముఖానికి నల్లని రంగు పూసుకొంటారని, అందువల్ల కాలా (నలుపు) ముఖులనే పేరు వచ్చిందని కొందరు అంటారు. కావచ్చు, కాకపోవచ్చు. కాలాముఖులు కాపాలికుల వలె కపాల మాలలు ధరించి, శరీరం నిండా భస్మాన్ని పులుముకొనేవారని అంటారు. ఈ సంప్రదాయం గురించి గ్రంథస్థమైన సమాచారం అలభ్యం.

14. పురాణ నామ చంద్రిక - కాలపదాలు

కాల = వైశ్వానరుఁడు అను దానవుని కూఁతురు కశ్యపుని యొక్క భార్య ఈమె కొడుకులు కాలకేయులు.

కాలకంఠుఁడు = శివుఁడు.

కాలకవి = విరోచనుని కొడుకు బలికి సహోదరుఁడు వీఁడు ద్వాపరాంతమున దానవుల సహాయార్థము విషకపిర్థ వృక్ష రూపమున వ్రేపల్లెయందు వుట్టి అందలి గోపాలకులకు రోగము కలుగ చేయఁగా అది శంఖకర్ణుఁడు అను భూతము ఒక బ్రాహ్మణునియందు ఆవేశించి శ్రీకృష్ణబలరాములకు తెలిపెను అంతట వారలు ఆకపిత్థ వృక్షమును నిర్మూలించి గోపాలకులకును గోవులకును సుఖము కలుగ చేసిరి.

కాలకార్ముకుఁడు = ర|| సుమాలికొడుకు.

కాలకూటము = ఇది భారతయుద్ధమపుడు ఒక విడిదల.

కాలకేయులు = ర|| కశ్యప ప్రజాపతికి కాలయందు పుట్టినవారు వీరు మహాదుర్మార్గులు సముద్రమున దాఁగి ఉండి బహు విధముల దేవతలను బాధించుచు ఉండఁగా అగస్త్యుడు దేవతలచేత

ప్రార్థింపఁబడి వీరి వాసస్థానము ఐన సముద్రము యొక్క జలమునంతము పానముచేసెను వీరి సంతతివారిని అర్జునుఁడు రూపులేక నాశము చేసెను.

కాలకౌశికుఁడు = కాశియందు ఉండిన ఒక బ్రాహ్మణుఁడు కలియొక్క అంశమున జనించినవాఁడు ఇతఁడు విశ్వామిత్ర ప్రేరితుఁడు అయి ఈ రూపమున జన్మించి హరిశ్చంద్రుని భార్య ఐన చంద్రమతిని దాసిగా కొనెను.

కాలకౌక్షేయుఁడు = క్షేమదర్శి అను కోసలదేశపు రాజు యొక్క మంత్రి ఇతఁడు రాజధర్మములను చక్కఁగా ఎఱిఁగి ఉండెను అని ప్రసిద్ధి.

కాలనాభుఁడు = ది|| హిరణ్యాక్షుని కొడుకు నా|| తారకుఁడు.

కాలనేమి = 1. తారక యుద్ధమున విష్ణువుచే చంపఁబడిన ఒక దానవుఁడు. 2. ర|| రావణాసురుని మేనమామ.

కాలభైరవుఁడు = కాశియందు ఉండు ఒక దేవత.

కాలయవనుఁడు = ద|| వీఁడు నారదుని ఉపదేశమున మధురపై దండు ఎత్తిరాఁగా, కృష్ణుఁడు విశ్వకర్మవలన సముద్ర మధ్యమున ద్వారకాపురిని కట్టించి అందు మధురాపుర జనులను అందఱను చేర్చి తాను నిరాయుధుఁడై పురము వెలువడి ముచికుందుఁడు నిద్రించుచు ఉండిన పర్వతగహ్వరమునకు పరుండెను కాలయవనుఁడు అతనిని తఱుముకొని పోయి ఆ గహ్వరము దూఱి అందు నిద్రించు ముచుకుందుని కృష్ణుఁడు అని తలఁచి తన్నఁగా అతఁడు మేల్కని వాని

చూడ వాఁడు భస్మము అయ్యెను ఒకప్పుడు సాల్వుఁడు గార్గ్యుని షండుఁడు అని పలుకఁగా యాదవులు అందఱు వాని చూచి నవ్విరి అందుమీఁద ఆ గార్గ్యుఁడు లోహచూర్ణము భుజించుచు పం(డెండేండ్లు అత్యుగ్రము అగు తపము ఆచరించి కాల యవనుని పుట్టించినట్లు చెప్పఁబడి ఉన్నది.

15. పూర్వ గాథాలహరి - కాలపదాలు

కాలంజనము = ఒక గిరి. అచ్చట దేవళ మొకటి కలదు. అందలి పూజారి దేవబ్రాహ్మణ ధనమపహరించి శునకమై పుట్టెను. ఈ శునకమును భిక్షుఁడు కొట్టఁగ నది శ్రీరామునితో మొఱపెట్టుకొని యా భిక్షుని నాదేవళమునకుఁబంపుటయే తగిన శిక్షయని చెప్పెను. ఉ. రా.

కాల = ధరణీదక్షుల పుత్రిక. కశ్యపుని భార్య. వినాశన క్రోధ యీమె సంతానము. భార.

కాలక = ఒక రాక్షస స్త్రీ. వైశ్వానరుని కూతుఁరు. కాలకేయుని తల్లి. ఈమె బ్రహ్మను బ్రార్థించి తన పుత్రులెన్నడు నోడిపోకుండునట్లు వరము వేడెను. ఈమె సోదరి పౌలోమ. విష్ణు. భార.

కాలకలి = విరోచనుని పుత్రుడు. బలికంటెఁ పెద్దవాఁడు. ఇతఁడు దేవతలకు భయపడివచ్చి కపిత్థ వృక్షమై యుండెను. ఆ చెట్లుకాయలు, పండ్లు గుర్గంధము గొట్టుటచేఁ బశువులకు రోగములు వచ్చుచుండెను. వానిని నివారణ చేయుటకై నందాదులు శివపూజ

చేసిరి. చెట్టువృత్తాంతము చెప్పి దానిని నిర్మూలము చేయుంచుమని శివుడుశంఖ కర్ణుఁడను వానిని బంపెను. నందాదులు రామకృష్ణులే యావృక్షమును నఱకి వేయవలయునని వారిచేతనే కొట్టివేయించిరి. హర.

కాలకవృక్షీయుడు = ఒక ముని ఇతఁడొక కాకిని బంజరమునఁబెట్టుకొని క్షేమదర్శియను రాజు కడకుఁబోయి యీ కాకము త్రికాలవేది. వీచేఁ బట్టుపడనిచోరులనిది యెఱింగిచెప్పును. దీనిని గైకొనుమని యిచ్చెను. క్షేమదర్శిభటులామాటలు వినిరి. తమగుట్టు నది బయలు వెట్టునని యానాటి రాత్రియందే యాకాకిని జంపిరి మఱునాఁడు ముని రాజుకడకు వచ్చి కాకిని జంపుట చెప్పి తాను క్షేమదర్శిని మిత్రుఁడననియు, నితని నియుక్తులగు నధికారులందు వంచకులున్నారని విని యిది రాజునకుఁదెల్పుటకై యొక కాకిని పెట్టుకొని వచ్చితివనియును, ఆ కపట వర్తనులలో పరస్పరము వైరము కల్పించి యొక్కక్కరినే దండింపుమనియును జెప్పెను. ఆ రాజు అట్లు చేసి, ఇతనిని మంత్రిగఁ జేసికొని సుఖంబున నుండెను. తన రాష్ట్రమున జోరులున్నారనుట కిదియే దృష్టాంతమని వారిని బట్టి దండింపుమనియుఁ జెప్పెను. భార.

కాలకేతుఁడు = రావణుని సారథి. రామా.

కాలకేయులు = రాక్షసులు. మరీచి పుత్రులు. వీరి తల్లికాలక. వీరు మునులను, దేవతలను బాధించుచుండిరి. వీరు దేవతలకందకుండఁ

బగలు సముద్రము యొక్క యడుగున దాగిగొని యుందురు. వీరి బాధ తొలఁగింపుమని దేవతలగస్త్యునివేడగ నతఁడు సముద్ర జలపానము గావించెను. కాలకేయులపుడు బయటపడిరి. అంత దేవతలు వారిని సంహరించిరి. భార.

కాలకౌశికుఁడు = కాశీపట్టణమందలి యొక బ్రహ్మణుఁడు. విశ్వమిత్రు ప్రేరితుఁడై హరిశ్చంద్రుని భార్యయగు చంద్రమతినిగొని యామెచేఁ బనులు చేయించి చాల బాధపెట్టెను. మార్క.

కాలనేమి = మారీచుని కుమారుఁడు. ఇతఁడు సముద్రుని మిత్రుడు. ఇతని కూఁతురగు బృందను జలంధరునకిచ్చి వివాహము చేసెను. ఇతడు రావణునకును మిత్రుడు. రావణుఁడు రామలక్ష్మణులతో యుద్ధము చేయునపుడు లక్ష్మణుడు మూర్ఛపోయెను. వానికై సంజీవని దెమ్మని హనుమంతుని రాముఁడు పంపెను. అది రావణుఁడెఱింగి కాలనేమికడకువచ్చి “హనుమంతుఁడు సంజీవికై వచ్చుచున్నాఁడు వాని నెట్లైనను జంపు” మని చెప్పెను. ఇతఁడు సరియని ముని వేషము వేసుకొని మార్గమందుఁగూర్చిండి హనుమంతుని జూచి ఓయీ! నీకు శుభమగును; అచ్చటనున్న కొలనులోదిగి స్నానము చేసి రమ్మనియె; అందున్న మొసళ్ళు హనుమంతుని జంపునని యితఁడు నమ్మెను. కాని యా మొసళ్ళను జయించి హనుమంతుఁడు సంజీవని దెచ్చుటకేగెను. హనుమంతునక కాలనేమి మఱల నడ్డుపడెను. అపుడాంజనేయుఁడు వానిని దన్ని

వానితోఁ బోరాడి వానిని జంపెను. ఇతఁడే కంసుఁడుగ బుట్టెను. భార. శివ. రామ.

కాలభైరవుఁడు = శివునివలనఁ బుట్టిన మూర్తి, బ్రహ్మతన పంచమశిరముతో శివునిదూలనాడు చుండఁగ నితఁడు పుట్టి బ్రహ్మ పంచమశిరమును ఖండించెను. ఆ కపాలమితనిచేతి కంటుకని యూడివచ్చినదికాదు; విష్ణుమూర్తిని దర్శించుమని శిఁవుడు చెప్పెను. ఇతఁడు విష్ణువుకడ కరిగెను. విష్ణువు తన భ్రూమధ్య భాగమును బొడిచి యా రక్తమును గపాలమునఁ బట్టుమనియె. ఒక సంవత్సరమట్లు రక్తము కారెనుగాని కపాలమూడి వచ్చినది కాదు; కాశికిఁ బోయి యాకపాలమున బాఁతి పెట్టుమని విష్ణువు చెప్పఁగ భైరవుఁడట్లు చేసెను. అతఁడు కపాలమును బాఁతినచోటే కపాలమోచనతీర్థము అయ్యెను. భైరవుఁడు దక్షయజ్ఞధ్వంసము చేయునపుడును శివునకుఁ దొడ్పడియెను. శివ.

కాలయవనుఁడు = యవనుని పుత్రుడు. యాదవులు గర్గుని నాక్షేపణ చేసిరి. కానగర్గుఁడు సకల యాదవులకు భయంకరుఁడగు కుమారుని గోరి శివుని బ్రార్థించెను. గర్గుఁడిట్లు ప్రార్థించుట యవనుఁడెఱింగి యాతని గొంపోయి తన యాలమందలో నుంచెను. ఒక యప్సరస గర్గుని జూచి కామించి యతని వలన నొక పుత్రుని బడసెను. ఈ పుత్రుని యవనుఁడు పెంచెను. ఇతఁడే కాలయవనుఁడు. ఇతఁడు మిక్కిలి బలాఢ్యుఁడు.

కృష్ణుఁడు జరాసంధునోడించిన పిమ్మట నారదుఁడు కాలయవనునికడకువచ్చి కృష్ణుఁడు కంసాదులను జంపెను. జరాసంధునంతటివాని నోడించె. నీవు వాని నెఱుఁగకనా భయపడియా ఇట్లూరకుంటివి అని కృష్ణునిపై దండెత్తఁబ్రోత్సాహము చేసెను. అతఁడు మ్లేచ్ఛ సేనలను దీసికొని మధురపైఁ బడియె. వీనికిఁదోడు ఆ సమయమునే జరాసంధుఁడు కూడ వచ్చెనేని ఒక్కసారి యిర్వురతోడ నటపోరుట కష్టమని విశ్వకర్మను బిలిచి సముద్రమధ్యమున దనకు నగరము నిర్మించి యిమ్మని కోరి మధురానగరవాసులనందఱను బలరామునితో నటకుఁబంపి తానక్కడనిరాయుధుఁడై నగరముదాటి నడచి వచ్చుచుండెను. తాను నగరమునకు ముట్టడించినను యుద్ధమునకు రాలేదని చింతించుచు యవనుఁడు ఇట్లు నడచి వచ్చువానిజూచి యితఁడే కృష్ణుఁడగునని వానిని బరుషములాడి పట్టుకొనచనియె. కృష్ణుఁడు పరుగిడ నారంభించెను. కృష్ణుఁడు ద్వారకానగరము నిర్మించునపుడు దానిపై బడుచు నగరము ధ్వంసము చేయుచుండెడువాఁడు కృష్ణుఁడు వీనిని గెలువలేకపోవుచుండెను. వీని నుపాయముచే సాధింపవలయునని కృష్ణుఁడు వీని యెదటకు వచ్చి నన్నుఁబట్టు కొనఁగలవేని పట్టుకొనుమని పరుగెత్తెను. కాలయవనుఁడు కృష్ణుని వెనువెంటఁదఱిమెను. కృష్ణుఁడు ముచికందుఁడు నిద్రించుచున్న గుహలోనుండి పరుగిడిచనియె. కాలయవనుఁడు ముచికందుని

గుహలోనికేగి నిద్రించుచున్న ముచికందునిజూచి కృష్ణుడే యనుకొనివానిందన్నెను. ముచికందుఁడులేచి వీనిజూచెను. అంతఁగాలయవనుఁడు భస్మమైపోయెను. విష్ణు. భాగ.

కాలాంతకుఁడు = ఘంటాకర్ణుని సోదరుఁడు; కుబేరుని బంటు. హరి.

16. మరవరాని మాటలు - కాలపదాలు

కాలక్షేపం = మనిషికి కాలక్షేపం లేకపోతే లేని జబ్బులు వస్తాయి. ఉన్నవి ఎక్కువవుతాయి. –సరస్వతీదేవి, ఈ చీకటివీడదేమి? సాధారణంగా ఒకరిని గురించి చెడుగా మాట్లాడుకోవటమే నిజమైన కాలక్షేపం. ఇతరులను మెచ్చుకుంటూ మాట్లాడుకోవటం భజనలాగా ఉండి బోరు కొడుతుంది. –కొడవటిగంటి, అనుభవం. భార్యాభర్తలమధ్య అడపా దడపా కలహం రాకపోతే యిక కాలక్షేపం జరగదు. –సూర్యారావు, ఒకగంట సంసారం.

కాలజ్ఞానం = నిజంగా ఎక్కడికయినా సరియైన సమయానికి వెళ్ళటమనేది సంస్కృతికీ సభ్యత్వానికీ సంబంధించిన ఒక కళ. –సరస్వతీదేవి, మహోన్నతుడు.

కాలం = ఏ పని చేయడానికైనా సమయాలున్నాయి. ఆ సమయాలు పాటిస్తే జీవితం ఎంతో అద్భుతంగా ఉన్నట్లనిపిస్తుంది.

–పురాణం,

ఐ లైకిట్ హాస్యానికి వేళా పాళా ఉండాలి.

–గురజాడ, కన్యాశుల్కం.

ఏ పనైనా టైముకి ముందే చేయించుకోవాలి, లేకపోతే టైముకైనా చేయించుకోవాలి. మనిషిని బతికించాలంటే వాడు చావకముందే వాణ్ణి బతికించాలి. వాణ్ణి చంపాలంటే వాడు చావకముందే వాణ్ణి మనం చంపాలి.

– రావిశాస్త్రి, గోవులొస్తున్నాయి జాగ్రత్త!

అసలు మందులసాపంటే ముండల కంపెనీలాగే ఇరవైనాలుగ్గంటలూ తెరిసుండాల. ఎంచేతంటే సాపుకీ, సరసానికీ టైమంటూ నేదు.

–రావిశాస్త్రి, రత్తాలు–రాంబాబు

ఒక సరవిని దమి యుండ దెల్లసమయములందున్

– సూరన, ప్రభావతీ ప్రద్యుమ్నము.

కాలం ధనవంతులకు తొత్తు ఆపదల్లోనే అస్తమానం దానికి పొత్తు

–కుందుర్తి, ఆశ.

కాలంతోపాటు మారని మనిషి మసైపోతాడు.

– కాంతారావు, వంశధార.

రాయఁగ రాయఁగఁ బుట్టిన వేడి, తోమఁగోమఁగఁ బుట్టిన శుద్ధి యెంతకాల ముండును?

–పానుగంటి. చూడామణి.

కాలం మనకోసం అడుగువెనక్కు జరగదుకదా.

– పురాణం. అమ్మకడుపు చల్లగా ...

కాలము నిర్మొగమాటి.

–సరస్వతీదేవి. వేమూరివారి కోడలు.

కాలానికొక్కటే పని. అది రావడం. వచ్చి వెళ్ళిపోవడమున్ను.

–సుబ్రహ్మణ్యశాస్త్రి. కన్యాకాలేయత్నాద్వరితా.

చావాలన్న చంపాలన్న అరక్షణంలో సగం చాలు

– రావిశాస్త్రి. నిజం.

కాలం మన ఆశల ప్రశ్నలకి జవాబు

కాలం మన ఆశయాలకి పెద్ద సవాలు.

– ఆరుద్ర. ఆవాహన.

ఏండ్లు గడిస్తే దయ్యం దేవుడౌతడీ లోకంలో.

– జంగయ్య. జాతర.

కాలం చాలా చిత్రమయింది. కొలతకు లోబడింది. కోర్కెలకు పైబడింది. ముహూర్తాలకు కట్టుబడింది. అయితే ఆగమంటేమాత్రం ఆగదు. – పులికంటి.

చిరునవ్వు చాలు.

తరలిన ప్రతిఒక్క పొద్దు

మరణానికి మైలురాయి

క్రుంగుతున్న ప్రతి పొద్దూ క్రూర విధికి సరిహద్దు.

– ఆరుద్ర. సాగర సంగమం – వీరతెలంగాణ.

కాలం అద్దంలాంటిది

అంధయుగమైనా స్వర్ణయుగమైనా

అది మన ప్రతిబింబం. – తిలక్, శిఖరారోహణ

కాలము సందేహాలు తీర్చుతుంది.

– దీక్షితులు. దసరాదిబ్బ.

జాలిగల కాలమిల – తరిగినది విఱిగినది.

చీడపడి మాడినది. చిగురు లెటు పట్ట విక.

– వేదాంతకవి. తెనుఁగుతల్లి.

రాత్రింబవళ్ల రాళ్లమీద

కాలం జీవితాన్ని వుతికి

రక్తం పిండుతుంది – సౌభాగ్య, సింహావలోకనం.

గతమంతా తడిసె రక్తమున

కాకుంటే కన్నీళులతో. –శ్రీశ్రీ. దేశచరిత్రలు.

కాలము విచిత్రము దుస్తర మెట్టివారికిన్.

– పోతన. భాగవతము.

కాలం మారనిదే మనం మారము. మనము మారనిదే కాలం మారదు. ఈ రెండింటికీ భేదం లేదు. కాలం మారిపోయి మనం మారకుండా ఉండటం ఎంత అబద్ధమో, మనం మారిపోయి కాలం మారకుండా ఉండటం అంత అసంభవం.

– తాపీ ధర్మారావు. కొత్తపాళీ

మనం కాలన్ని కొలవగలిగింది మార్పుతోనూ, నూతనానుభావాలతోనూ మాత్రమే. – కొడవటిగంటి. ఐశ్వర్యం. గతం గడిచిపోయిందని ఏలా ఈ అనుతాపం? కాలం నర్తకి, బహుశా మారుస్తున్నది రూపం.

–అబ్బూరి. సన్నుతులు.

కళత్రనష్టమైనప్పుడు ముసలివాడు తప్పక పడుచువాడగును. మరియు సర్కారులో ఉద్యోగము కావలసి వచ్చినప్పుడు పెద్దవాడు చిన్నవాడగును. – చిలకమర్తి. నవ్వులగని.

అయితే అనాకారము, అనంతమూ, నిర్జీవమూ అయిన

కాలానికి ఒక గుణం ఉంది. తన అధికారంలో ఉన్నవాణ్ణి ఎంత అథఃపాతాళానికణచేస్తుందో అంతగానూ తన్ను శాసిస్తున్నవాడికి బానిస అయిపోతుంది. – శ్రీశ్రీ. అనంతం.

శబ్దరూపమున కాలాన్ని అక్షరాలలోకి అనువదించి, స్థలంలో బంధిస్తున్నాము. అయితే కాలానికి వెలుపల స్థలంగాని, స్థలానికి వెలుపల కాలంగాని లేవు. – శ్రీశ్రీ. అనంతం.

గతం నిన్నటి ప్రస్తుతం కావచ్చు
అయినా మనకు అప్రస్తుతం
కాలం మారే విలువలను
సరికొత్తగా సృష్టించే యంత్రం. – కుందుర్తి, తెలంగాణ.

ఇది కలిగినోడి కాలం: ఆడిక్కాలం ఎల్తా ఎల్తా ఉంది. ఎల్లినంతకాలం ఎల్తది. ఆయెనక బోర్లపడి సస్తది.

– రావిశాస్త్రి. రత్తాలు–రాంబాబు.

కాలప్రభావాన్నిబట్టి మంచిగాని చెడ్డగానీ అనుభవించటమే అలవాటు చేసుకోవాలి.

– రంగనాయకమ్మ. పేకమేడలు.

దిక్కుమాలినకాలం, ఆడదెవరో మగాడెవరో

తెలుసుకోవడానికి వీల్లేకుండా ఉంది.

–సూర్యారావు, స్త్రీలకు ప్రత్యేకం.

వర్తమానం తప్ప, భావికాలం భవిష్యత్తు ఉండకూడదు మనిషికి. ఆ రెండూ వర్తమానాన్ని నిరంతరం హత్య చేస్తుంటాయి. భావికాలం తీర్పు చెబుతుంది. భవిష్యత్తు శిక్షిస్తుంది. ఆ రెంటిని గురించి చింతించి, కృశించి, శల్యమై, మనిషి వర్తమానంలో ఆత్మహత్య చేసుకుంటాడు.

–బుచ్చిబాబు. చివరకు మిగిలేది.

కాలం పరిణామకారి
కాలం పరివర్తనశీలి
సృజనశక్తి కాలం
నాశనగతి కాలం

–రంగారావు. ముక్తకాలు.

ఒక అమర్త్య విహంగంవలె
కాలం పల్లటీలు కొడుతూ సాగుతుంది.

–సుప్రసన్న. మూడుగీతాలు.

గతం నేర్పింది మిథ్య
భవిష్యత్తు కనపడటం సున్న.

–మహేష్. బ్రతుకుబాట.

కాలం చెరసాలలో ప్రతివాడూ
బందీ అయిన అస్వతంత్రుడు.

–పేర్వారం. మహమ్మారి.

కాలాన్ని మనం చేసే పనులు ఆపలేవు. మనం చేసే పనులు, చెయ్యగల పనులు కాలం నిర్ణయించగలదు.

– లక్ష్మీనరసింహశాస్త్రి. మిథ్యబ్రతుకులు.

మరిపించగల శక్తి మురిపించగల శక్తీ ఒక్క కాలానికే ఉంది.

– వసుబాబు. ఆద్యంతాలూ – అంతర్యాలు.

17. "రామచంద్ర" విద్యార్థి కోశము

- కాలపదాలు

కాలము = సం. 1. సమయము; 2. నలుపు; 3. చావు.

సమా. కాలకంఠము = 1. ఊరఁబిచ్చుక; 2. కాటుక పిట్ట; 3. నెమలి.

కాలకంఠిక = అలక్ష్మి, పెద్దమ్మ.

కాలకంఠుఁడు = 1. శివుఁడు; 2. యముఁడు.

కాలకూటము = ఒక విషము.

కాలఖండము = కారిజము.

కాలజ్ఞము = 1. కోడి; 2. కోయిల; 3. డు. జోష్యుఁడు.

కాలధర్మము = చావు.

కాలపృష్ఠము = 1. కర్ణుని విల్లు; 2. విల్లు.

కాలశాకము = కటివేఁపచెట్టు.

కాలసూత్రము = ఇనుప తంతులు గల నరకము.

కాలకము = సం. పుట్టుమచ్చ.

కాలిక = సం. 1. పార్వతి; 2. ద్రౌపది; 3. బొగ్గు; 4. నలుపు; 5. చీకటి; 6. కల్లు.

కాలియ = తె. పిశాచము.

కాలీచి = సం. న్యాయ విచారణ స్థలము.

కాలీయము = సం. కాలసంబంధమైనది.

కాలుఁడు = సం. యముఁడు.

కాల్యము = సం. 1. వేకువ; 2. కాలమునందు యోగ్యమైనది.

18. వజ్రకోశం (తెలుగు నిఘంటువు) -

కాలపదాలు

కాలం = వి. సమయం, నలుపు.

కాలంచేయు = క్రి. కాలధర్మంపొందు, చచ్చు.

కాలంజరుడు = వి. శివుడు, భైరవుడు.

కాలకంఠం = విణ. నల్లని కంఠంగలది. వి. నెమలి, పిచ్చుక, కాటుక పిట్ట.

కాలకంఠుడు = వి. నల్లని కంఠంగలవాడు, శివుడు.

కాలకాలుడు = వి. శివుడు.

కాలకూటం = వి. పాలసముద్రంలో పుట్టిన విషం.

కాలకూటకం = వి. కాలకూటం, శివుడు తాగిన విషం.

కాలక్షేపం = వి. ఉబుసుకోక, ఆలస్యం.

కాలఖండం = వి. కారిజం, కడుపులో కుడివైపున ఉండే మాంస ఖండ విశేషం.

కాలగోచరుడు = వి. మృతువు, చనిపోయినవాడు.

కాలగోచిదారి = వి. సన్యాసి.

కాలచక్రుడు = వి. సూర్యుడు.

కాలచింతకుడు = వి. కాలాన్ని ఆలోచించేవాడు, దైవజ్ఞుడు.

కాలజ్ఞం = వి. కోడి, కోయిల.

కాలజ్ఞానం = వి. జ్యోతిశ్శాస్త్రం, తగిన సమయం తెలుసుకోవటం, మృత్యువును తెలిపే గుర్తు.

కాలజ్ఞుడు = వి. తగిన సమయం తెలిసినవాడు. వి. జోస్యుడు.

కాలధర్మం = వి. చావు, కాలం యొక్క స్వభావం.

కాలపృష్ఠం = వి. ఒకరకం విల్లు, ఇర్రిచెట్టు, రాపులుగు, కర్ణుని విల్లు, విల్లు.

కాలరి = వి. పదాతి, కాలిబంటు.

కాలలోహం = వి. ఇనుము, ఉక్కు.

కాలసర్పం = వి. నల్లత్రాచు.

కాలస్కంధం = వి. చీకటి చెట్టు, పొగడ చెట్టు మొ.

కాలహరణం = వి. విలంబం, ఆలస్యం.

కాలాంతకుడు = వి. శివుడు.

కాలాగ్ని = వి. ప్రళయాగ్ని.

కాలాత్ముడు = వి. కాలరూపుడు, శివుడు.

19. వాడుక తెలుగు పదకోశం - కాలపదాలు

కాలం = సమయం; నలుపు; చావు.

కాలకం = పుట్టుమచ్చ.

కాలకూటం = విషభేదం.

కాలక్షేపం = ఉబుసుపోక; కాలాన్ని సరదాగా గడపడం; వృధాగా చేసే ఆలస్యం; విలంబం.

కాలచక్రం = చక్రం మాదిరిగా తిరిగే కాలం.

కాలజ్ఞం = కోడి; కోయిల.

కాలజ్ఞుడు = జోస్యుడు.

కాలత్రయం = భూత; వర్తమాన; భవిష్యత్కాలాలు.

కాలధర్మం = కాలం యొక్క ధర్మం; మరణం.

కాలయాపనం = ఆలస్యం; నిరర్థకంగా సమయాన్ని వృధాచేయడం; కాలక్షేపం.

కాలరాత్రి = చీకటిరాత్రి; ప్రళయకాలం; భయంకరమైన రాత్రి; ప్రమాదమైన రాత్రి.

కాలరి = కాలిబంటు; పదాతి.

కాలరీ = ఒక గ్రాము నీటి ఉష్ణోగ్రత 1 డిగ్రీకి హెచ్చటానికి అవసరమయ్యే ఉష్ణరాశి. కాలసర్పం = కృష్ణసర్పం; నల్లత్రాచు.

కాలాంతకుడు = శివుడు; అసాధ్యుడు.

కాలిక = బొగ్గు; ద్రౌపది; చీకటి; పార్వతి; క్రొత్తమబ్బు.

కాలీయ = పిశాచం, కాళికా.

కాలీచి = న్యాయ విచారణ స్థలం; న్యాయాలయం; కచ్చేరి; బాలుడు చదువుచోటు.

కాలీయం = కాలసంబంధమైనది.

కాల్యం = వేకువజాము; కాలంలో యోగ్యమైనది.

20. వావిళ్ల నిఘంటువు (రెండవ సంపుటము)

- కాలపదాలు

కాల = సం. వి. ఆ. స్త్రీ. 1. కలిగొట్టు; 2. నల్లజీలకఱ్ఱ; 3. పెన్నేరు; 4. నల్లతెగడ; 5. మంజిష్ఠి; 6. దుర్గ.

కాలకంఠము = సం. వి. అ. పుం. 1. నెమలి; 2. పిచ్చుక; 3. కాటుక పిట్ట; 4. వేఁగిస; 5. కూకురుగుండె. విణ. (అ. ఆ, ఈ. అ.) 1. నల్లనికంఠము గలది; 2. కంఠమునందు నలుపు గలది.

కాలకంఠుఁడు = సం. వి. అ. పుం. శివుఁడు.

కాలకము = సం. వి. అ. పుం. 1. పుట్టుమచ్చ; 2. లక్క; 3. నీటిపాము; 4. కంటినల్లగ్రుడ్డు. న. 1. కారిజము; 2. కటివేము; విణ. (అ. లికా. అ.) నల్లనిది.

కాలకీలము = సం. వి. అ. పుం. కోలాహలము. (వాచ.)

కాలకుంఠుఁడు = సం. వి. అ. పుం. యముఁడు.

కాలకూటము = సం. వి. అ. పుం. న. హాలహలవిషము.

కాలకృతుఁడు = సం. వి. అ. పుం. సూర్యుడు.

కాలక్షేపము = సం. వి. అ. పుం. 1. కాలము పుచ్చుట; 2. కాలయాపనము.

కాలఖంజనము = సం. వి. అ. న. కాలఖండము, కారిజము.

కాలఖండము = సం. = కాలఖంజనము.

కాలగోచరుడు = సం. విణ. (అ. ఆ. అ.) కాలమునకు వశమైనవాఁడు, కాలధర్మమొందినవాఁడు, మృతుఁడు. "వ. ఈశ్వరుండు వానికి వైదర్భి యందఱువది వేవురుగొడుకులకు శైబ్యయందొక్కకొడుకుం గా వరం బిచ్చి యయ్యఱువది వేవురు నతిదర్పితులై యేకకాలంబునఁగాలగోచరు లగుదు రనియు నయ్యొక్కగొడుకు వంశకర్త యగు ననియుఁ జెప్పి యదృశ్యుండైన." భార. అర. 3, ఆ. 51.

కాలచక్రము = సం. వి. అ. న. చక్రాకారముగాఁ దిరుగుచుండు కాలము.

కాలజ్ఞపత్రి = సం. వి. న. పుం. = కాలజ్ఞము. "మ... కాకున్నఁ గాలజ్ఞప, త్త్రిరుతం బెట్లు చెలంగు మానకుపితస్త్రీ కర్ణదంభోళియై." ఆము, 5, ఆ. 105. (ఇటఁ గాలజ్ఞపత్త్రి యనఁ గోడి యనుయుఁ గోయిల యనియుఁ గూడఁ జెప్పవచ్చును.)

కాలజ్ఞము = సం. వి. అ. పుం. 1. కోడి; 2. కోయిల.

కాలజ్ఞుఁడు = సం. వి. ఆ. పుం. జోస్యుఁడు. విణ. (అ. ఆ. అ.) ఉచితసమయ మెఱిఁగినవాఁడు.

కాలటుక = దే. వి. (కాలు+అటుక) కుండలుంచు కొనుటకై రెండు మొనలు నిరుప్రక్కల గోడల యందుఁ బొదిగి యూఁతగాఁ గాల్లించి యడ్డముగా నమర్చిన ప్రాను. (శ. ర.)

కాలధర్మము = సం. వి. అ. పుం. 1. కాలముయొక్క ధర్మము; 2. మరణము.

కాలపక్వము = సం. విణ. (అ. ఆ. అ.) 1. కాలము చేతనే పరిపాక మందినది; 2. కాలముచే పరిపాకము చెందినది, మృతినొంద సిద్ధమైనది. "గీ. అని జనార్దనుఁ గనుఁగొని యకట కాల, పక్వ మయ్యె నీనరపతి ప్రతతి యెల్ల, నను డు..." భార. ఉద్యో. 3, ఆ. 377.

కాలపర్యయము = సం. వి. అ. పుం. కాలవ్యత్యాసము, కాలముమార్పు. భార. మౌ. 188

కాలపాశము = సం. వి. అ. పుం. 1. యమపాశము; 2. ఉరిత్రాడు.

కాలపృష్ఠము = సం. వి. అ. పుం. 1. ఒకజాతి ఇఱ్ఱి; 2. కాపులుఁగు. న. 1. విల్లు; 2. కర్ణునివిల్లు.

కాలప్రభాతము = సం. వి. అ. న. శరదృతువు. (త్రి.ని.)

కాలము = సం వి. అ. పుం. 1. నలుపు; 2. వేళ; 3. కోయిల; 4. కంటినల్లగ్రుడ్డు; 5. మరణము; 6. మూఁడుసంఖ్య. న. 1. ఇనుము; 2. కాలీయకమను గంధద్రవ్యము; 3. కొక్కోలకము. విణ. 1. (ఆ, ఈ, అ.) నల్లనిది; 2. (అ. ఆ. అ.) క్రూరము, దుష్టము.

కాలముఖము = సం. వి. అ. పుం. కొండముచ్చు.

కాలముచేయు = మి. అ. క్రి. చచ్చు. "క... మాయ గోవు పడుచుం, గనుగుడ్లుం దిరుగవేసి కాలము చేసెన్." వరాహ. 10, ఆ. 40. ఆం. సం. మాన. 53.

కాలమేషి = సం. వి. ఈ. స్త్రీ. 1. కారుగచ్చ; 2. నల్ల తెగడ; 3. మంజిష్ఠ.

కాలమేషిక = సం. వి. ఆ. స్త్రీ. = కాలమేషి.

కాలయాపనము = సం. వి. అ. న. = కాలక్షేపము.

కాలయోగము = సం. వి. అ. పుం. 1. విధి; 2. కాలము యొక్క కూడిక.

కాలరాత్రి = సం. వి. ఇ. ఈ. స్త్రీ. 1. ప్రళయ కాలము; 2. చీఁకటిరాత్రి; 3. దీపావళ్యమావాస్య; 4. మానవజీవితములో డెబ్బదియేడవ వత్సరమున నేడవమాసమున నేడవనాఁటిరాత్రి; 5. దుర్గాభేదము; 6. నదీభేదము; 7. యముని భగిని.

కాలరి = దే. వి. (కాలు+అరి) 1. పదాతి, కాలిబంటు. "సీ. చేగలమెకములఁ జెండుబెం డొనరించి కాలరిపోఁజుల నేలఁ జమరి." అచ్చ. సుం. 108 ఆం. శే. 31; 2. దూత, చారుఁడు. "వ... మనము వెస గలకాలరుల వేగం బుచ్చి ..." భార. ఉద్యో. 1. ఆ. 37. ('దూతాగచ్ఛంతు శీఘ్రగాః' అని మూలము); 3. పథికుఁడిచ్చుపన్ను, అనుపు." ఆం. భా. ద్వి. 192.

కాలవేయు = దే. స. క్రి. (కాలన్+వేయు.) కాలుటకై ప్రొయిమీఁదఁ

బెట్టు. వా: గిన్నె కాలవేసినది.

కాలశాకము = సం. వి. అ. పుం. కృష్ణనింబము, కఱివేము.

కాలశేయము = సం. వి. అ. న. మజ్జిగ.

కాలసర్పము = సం. వి. అ. పుం. నల్లత్రాఁచు, కృష్ణసర్పము.

కాలసూత్రము = సం. వి. అ. న. 1. నరకభేదము; 2. మృత్యుహేతువగు సూత్రము. (ఉరిత్రాడు మొ.); 3. కాలమును నడుపుసూత్రము.

కాలస్కంధము = సం. వి. అ. పుం. 1. చీఁకటిమాను; 2. తుమికి; 3. పొగడ; 4. వేఁగిస; 5. మేడి.

కాలస్థాలి = సం. వి. ఇ. స్త్రీ. పాటలి, కలిగొట్టు.

కాలహరణము = సం. వి. అ. న. ఆలస్యము, జాగు.

కాలహాని = సం. వి. ఇ. స్త్రీ. = కాలహరణము.

కాలాఁగు = దే. అ. క్రి. (కాలు+ఆఁగు) కాలూఁదు, కొంతకాలమాఁగు. "గీ. తిమురుమధ్యాహ్నమయ్యెను దేవ యిచట, నేఁడు కాలాఁగి మా మందపాఁడి చూచి, గోరసముఁ బాయసంబాలునారగించి, నిగ్రహం బైనమమ్ము మన్నింపవలయు." పిన. శకుం. 1, ఆ. 123.

కాలాతీతము = సం. వి. అ. న. కాలాతిక్రమణము, యుక్తకాలము దాఁటిపోవుట. "శ్లో. కాలాతీతే వృథా సంధ్యా వంధ్యస్త్రీమైథునం యథా." (వాచ.) విణ. (అ. ఆ. అ.) యుక్తకాలము దాఁటిపోయినది.

కాలానుసార్యము = సం. వి. అ. న 1. సిలాజిత్తు; 2. ఇరుగుడు; 3.

నందివర్ధనము; 4. సుగంధి ద్రవ్యవిశేషము.

కాలాయసము = సం. వి. అ. న. ఇనుము.

కాలారి = కాలరి. 1. (కాలిబంటు) "ద్వి. కరులతో హరులతోఁ గాలారితోడ." ద్విపద అభిమన్యు చరిత్రము. 144. పు. (బ్రౌ.); 2. జనులమీఁద జమచేయుపన్ను. (ఆం. పద.)

కాలిక = సం. వి. ఆ. స్త్రీ. 1. పార్వతి; 2. ద్రౌపది; 3. కుబ్జ; 4. ఉడుత; 5. బొగ్గు; 6. నలుపు; 7. రోమావళి; 8. నల్లపిచ్చుక; 9. మేఘావళి; 10. మద్యము; 11. నెలవారీవడ్డి; 12. జటామంసి; 13. కారుకొల్లి; 14. నల్లసిరా; 15. నల్లజీలకఱ్ఱ; 16. తొగరిమన్ను; 17. తేలుకొండి; 18. కరక; 19. అశ్వదంతరేఖ; 20. వైవర్ణ్యము.

కాలికము = సం. వి. అ. పుం. 1. క్రౌంచపక్షి; 2. బొగ్గు; 3. కృష్ణచందనము; విణ: (అ, ఈ, అ) 1. కాలమునకుఁ దగినది; 2. కాలజన్యము; 3. కాలకృతము.

కాల్యము = సం. వి. అ. న. వేకువ. విణ. (అ. ఆ. అ.) 1. ప్రాప్తకాలము; 3. కాలభవము.

21. విద్యార్థి కల్పవల్లి (పర్యాయపద, వ్యుత్పత్తి పదకోశము) - కాలపదాలు

కాలకంటకము = నల్లని రోమరాజి కలది (భరత పక్షి).

కాలకంఠము = కంఠమున నలుపు కలది, నల్లని కంఠము కలది (నెమలి, కాటుకపిట్ట).

కాలకంఠుడు = హాలహలమును మ్రింగుటచే నల్లనైన కంఠము గలవాడు (శివుడు).

కాలకము = తానావరించిన స్థలమును నల్లగాజేయునది (పుట్టుమచ్చ), కంటియందలి నల్లగ్రుడ్డు.

కాలకాలుడు = అంతకాంతకుడు (పరమేశ్వరుడు).

కాలకూటము = నీల వర్ణమునకు స్థానమైనది. కాలుని సయితము పీడించునది (విషము).

కాలకృత్తు = కాలము తెలుపువాడు (సూర్యుడు).

కాలకేయులు = కలకయందు మారీచునకు కలిగిన దానవ సంతతి.

కాలజ్ఞపత్రి = కాలము నెరిగిన పక్షి (కోడి).

కాలజ్ఞము, కాలజ్ఞాని = కాలమును గుర్తించునది (కోడి).

కాలజ్ఞుడు = కాలమును దెలిసినవాడు (జోతిష్కుడు).

కాలనేమిజపము = రామకార్యార్థియై పోవుచున్న హనుమంతుని కాలనేమి ముని రూపమున మోసగించిన విధముగా ఒకరిని మోసగించుటకు చేయు కృత్రిమ నటనము.

కాలపృష్ఠము = నల్లని పృష్ఠము కలది (కొండ్రముచ్చు).

కాలశేయము = కలశమందు మధింపబడిన పిమ్మట దయారగునది (మజ్జిగ).

కాలసూత్రము = ఇనుప తంతులు గల నరకము కాలుని యొక్క పాశము వంటిది (కాలపాశము).

కాలస్కంధము = నల్లని మొదలు కలది (తుమికి చెట్టు, చీకటిమ్రాను).

కాలహరుడు = కాలుని = మృత్యువును జయించినవాడు (శివుడు).

కాలాండజము = నల్లని పిట్ట (కోయిల).

కాలుడు = ఆయుర్దాయమును, ధర్మాధర్మాములను గణుతించువాడు (యముడు).

కాళరాత్రి = ప్రళయ కాళపురాత్రి.

22. వైద్యక పరిభాష - కాలపదాలు

కాలచక్రం = నిమిషాలు మొదలు మహాయుగాలవరకూ గల కాలం ఎల్లప్పుడూ చక్రంలాగా పరివర్తనం చెందుతూ ఉంటుంది. కనక, దానికి కాలచక్రం అని పేరు. లేక, ఆరు ఋతువుల రూపమైన – అంటే, వసంత, గ్రీష్మ, వర్ష, శరత్, హేమంత, శశిర ఋతురూపమైన సంవత్సరం. ఋతువులు సంవత్సరం అనే చక్రానికి ఆకులన్నమాట.

కాలజబలం = త్రివిధ బలాలలో ఇదొకటి. ఋతుధర్మాల ననుసరించీ వయోవస్థల ననుసరించీ కలిగే బలం కాలజం.

కాలత్రయం = భూత భవిష్యద్వర్తమానాలు.

కాలప్రభాతం = శరదృతువు.

కాలబల ప్రవృతం = ఆధిదైవిక రోగం. అది శీతోష్ణవాత వర్షాదులవల్ల వస్తుంది. వ్యాసన్నర్తుకృతం, అవ్యాసన్నర్తుకృతం అని అది రెండు విధాలు.

కాలమానం = కాలసంబంధమైన పరిమాణం. 18 నిమిషాలొక కాష్ఠ.

30 కాష్ఠలొక కల. 30 కలలొక క్షణం. 12 క్షణాలొక ముహూర్తం. 30 ముహూర్తాలొక దినం. అంటే, రాత్రింబవళ్ళు. 15 దినాలొక పక్షం. 2 పక్షాలొక మాసం.

కాలవస్తి = వర్షాది ఋతువులలో వాతాద్యుపశమనం కోసం చేసే వస్తికర్మ. మొదట ఒక స్నేహవస్తి చేసేది. తరువాత ఒక నిరూహవస్తి చేసేది. మళ్ళీ స్నేహవస్తి, మళ్ళీ నిరూహవస్తి. ఇలాగ ఒకటి తరువాత ఒకటి ఒకటిగా స్నేహవస్తీ నిరూహవస్తీ మొత్తం పన్నెండు చేసేది. చివర వరసగా మూడు స్నేహవస్తులు చేసేది. చివరికి వస్తుల సంఖ్య పదిహేను. ఇవన్నీ కలిసిన దానికే కాలవస్తి అని పేరు.

కాలశేయం = ఒక పాలు నీళ్ళు, మూడు పాళ్ళు పెరుగున్నూ కలిపి చేసిన మజ్జిగ.

కాలసంకర్ష = తొమ్మిది సంవత్సరాల వయస్సుగల కన్య.

కాలాంతర ప్రాణహరమర్మలు = ఇవి వక్షోమర్మలు, సీమంతాలు, తల హృదయాలు, క్షిప్రాలు, ఇంద్రవస్తులు, కటీవకతరుణాలు, పార్శ్వసంధులు, బృహతులు, నితంబాలు - అని ముప్పయిమూడు. వీటిమీద దెబ్బ తగిలితే మెల్లిగా కాలాంతరాన ప్రాణాప్రాయం సంభవిస్తుంది.

23. శబ్దరత్నాకరం - కాలపదాలు

'కాలప్రతి' = అంటే 'గచ్చ' అన్న అర్థం ఉంది .

కాలాను సర్యము = నల్ల అగలు, జాతిపూలు, ఇరుగుడు .

కాలరాత్రి = భీమరథి అనెడు నది, యముని భగిని అని ఉంది. ప్రళయకాలమన్న అర్థం ప్రధానమైంది .

కాల లవణము = బిడాలము .

కాల శేయము = మజ్జిగ .

కాలస్థలి = పాటలి, కలిగొట్టు .

కలాతి క్రమము = యుక్త కాలం కడచిపోవుట .

కాలాను నాభి = తుమ్మెద, చటకము, పిచ్చుక, కవింజలము, కసిజ, చాతకము, వానకోయిల .

కాలానుసారకము = తగరము, నందివర్ధనము, పీతచందనము .

కాలానుసారి = శైలజము, జాతిపువ్వు, సిలాజిత్తు, సరళ ద్రవ్యము, దేవదారుని నిర్యాసముతో చేసిన ధూప ద్రవ్యము .

24. శబ్దార్థ చంద్రిక - కాలపదాలు

కాల = స. నల్లజీలకఱ్ఱ, నీలిచెట్టు.

కాలకంఠము = స. నెమలి, ఊఁరఁబిచ్చుక, కాటుకపిట్ట.

కాలకంఠిక = స. పెద్దమ్మ.

కాలకంఠుఁడు = స. శివుఁడు, యముఁడు.

కాలకము = స. పుట్టుమచ్చ.

కాలకూటము = స. విష భేదము.

కాలక్రయము = స. అప్పటిధర.

కాలక్షేపము = స. కాలమును గడుపుట.

కాలఖండము = స. కడుపులో నీరు తిత్తి క్రిందనుండెడు మాంసఖండ విశేషము.

కాలజ్ఞము = స. కోడి, కోవెల.

కాలజ్ఞాని = స. కోడి.

కాలజ్ఞుడు = స. జ్యోస్యుడు.

కాలధర్మము = స. చావు.

కాలప్రతి = స. గచ్చ మొక్క.

కాలపాశికుఁడు = స. ఉరితీయువాడు.

కాలపృష్ఠము = స. కర్ణుని విల్లు, విల్లు, రాపులుఁగు పక్షి.

కాలప్రవృత్తి = స. విరేచనము.

కాలమిత్తి = దే. కాలమృత్యువు.

కాలము = స. సమయము, నలుపు, చావు, నల్లనిది, దురదృష్టము.

కాలమేషి = స. కారుగచ్చ మొక్క.

కాలమేషిక = స. నల్ల తెగడ.

కాలయాపనము = స. ప్రొద్దు పుచ్చుట, ఆలస్యము.

కాలరి = దే. పదాతి, దూత, నడచువాఁడిచ్చెడు పన్ను.

కాలవహ్ని = స. ప్రళయ కాలమందలియగ్ని.

కాలశాఖము = స. కటివేఁపచెట్టు.

కాలశేయము = స. గోరసము, చల్ల.

కాలసూత్రము = స. ఇనుపతంతులు గల నరక విశేషము.

కాలస్కంధము = స. చీఁకటి మ్రాను.

కాలస్థాలి = స. కలిగొట్టు చెట్టు.

కాలాంతకుఁడు = స. శివుఁడు.

కాలానుసార్యము = స. ఇరుగుడు చెట్టు.

కాలాయసము = స. ఇనుము.

కాలావసానము = స. మరణము, కాలము యొక్క తుద.

కాలిక = స. పార్వతి, ద్రౌపది, బొగ్గు, నలుపు, చీకటి, ఆఁడుకాకి, మద్యము, నెలవడ్డి, తేలుకొండి, పొగగుమి.

కాలికము = స. కాలసంబంధమైనది.

కాలిమ = స. నలుపు.

కాలియ = త. పిశాచము.

కాలియము = స. కాలసంబంధమగునది, కలియుగము.

కాలీచి = స. న్యాయ విచారణ స్థలము.

కాలీనము = స. ఒక నిర్ణీత కాలమునకు సంబంధించినది.

కాలీయము = స. కాలసంబంధమైనది.

25. శబ్దార్థ రత్నాకరము (తెలుగు - తెలుగు నిఘంటువు) - కాలపదాలు

కాల = స. నీలిచెట్టు, నల్లజీలకఱ్ఱ, పెన్నేరు, నల్లతెగడ, కలిగొట్టు.

కాలకంఠము = స. నెమలి, కాటుకపిట్ట, పిచ్చుక, వేఁగిస చెట్టు.

కాలకంఠిక = స. పెద్దమ్మ, దరిద్ర దేవత, అలక్ష్మి.

కాలకంఠుఁడు = స. శివుఁడు.

కాలకము = స. పుట్టుమచ్చ, నల్లనిది.

కాలకూటము = స. హాలహలము, విషవిశేషము.

కాలక్షేపము = స. వృథాగా కాలము గడుపుట, విలంబము (పుణ్యకథాలాపము)

కాలజ్ఞము = స. కోవెల, కోడి.

కాలజ్ఞాని = స. కోడి.

కాలజ్ఞుఁడు = స. జ్యోస్యుఁడు.

కాలధర్మము = స. చావు, మృతి.

కాలపత్రి = స. గచ్చతీఁగ.

కాలపృష్ఠము = స. విల్లు, కర్ణుని విల్లు, ఒక జాతి ఇఱ్ఱి, రాపులుఁగు.

కాలప్రవృత్తి = స. విరేచనము.

కాలము = స. నలుపు, చావు, సమయము, క్రూరము, నల్లనిది.

కాలము చేయు = దే. మరణించు.

కాలమేషి = స. కారుగచ్చ.

కాలమేషిక = స. నల్లతెగడ, మంజిష్ఠ.

కాలయాపనము = స. ఆలస్యము, ప్రొద్దుపుచ్చుట.

కాలరాత్రి = స. ప్రళయకాలము, దుర్గాదేవి మూర్తిభేదము. రూ. కాళరాత్రి.

కాలరి = దే. దూత, బంటు, నడచు వాఁడిచ్చు పన్ను.

కాలరు = వా. చొక్కా మెడపట్టి, మెడపట్టి.

కాలశాకము = స. కఱివేఁప.

కాలశేయము = స. మజ్జిగ, గోరసము.

కాలసర్పము = స. నల్లత్రాఁచు.

కాలసారము = స. నల్ల ఇఱ్ఱి.

కాలసూత్రము = స. ఇనుపతీఁగలు గల నరక విశేషము, కాలమనెడి దారము.

కాలస్కంధము = స. చీఁకటి మ్రాను, తమాల వృక్షము, చీఁకటి కానుగ.

కాలహరణము = స. జాగు, ఆలస్యము.

కాలాంతకుఁడు = స. శివుఁడు, అసాధ్యుఁడు.

కాలాగ్ని = స. ప్రళయాగ్ని.

కాలానుసార్యము = స. ఇరుగుడుచెట్టు, జాతి పువ్వు, నల్ల చందనము.

కాలాయసము = స. ఇనుము, అయస్సు.

కాలిక = స. ద్రౌపది, పార్వతి, నలుపు, బొగ్గు, ఆఁడు కాకి, చీఁకటి, మద్యము, ఒక దేవత, వివర్ణత, మబ్బు, సన్నజీలకఱ్ఱ, పొగగుమి, నూగారు, నెలవడ్డి, పొట్ల, తేలుకొండి, బంగారులోని మలినము.

కాలికము = స. కాలసంబంధమైనది, బొగ్గు, పగ.

26. శాసన శబ్ద కోశము - కాలపదాలు

కాలకాలాంతరము = ka`laka`la`m.taramu. కలకాలము. Forever. దీనిం గాలకాలన్తరముం జననీక నద్మంగాదని స్రిజియించ్చిన బాహత్తరి నియోగముల అందెవ్వండ్డేని కల్లెసనిన.... జల్పి ఈ కంభస్తితి సెట్పినరాజు గల్గెనేని వారణాసి వేయిగవిలల వేవురు బ్రాహ్మల జంపి నెత్తురు ద్రావినవారు... SII. X, 645. (శ. 982).

కాలము = ka`lamu. సమయము. Occasion. Time. పార్త్థివ సంవత్సర పౌష్య బ 14 బ్రు సంక్రాంత్తి కాలమున... SII. VI, 130. (శ. 1207)

కాలము = kalamu. సంవత్సరము.Year. కరగజ కేందుసంఖ్య శక కాలము వొల్పుగ భావపట్టుదేవర... SII. VI, 181. (శ. 1082).

కాలముఖము = kalamukhamu. కాలానుగుణమైన కార్యము. In

accordance with the times fixed. అని యంకభీమకొలను ముప్పందుము భూమి అఖండదీపమునకు ఈశ్రాహినిం గాలముఖమైన కమ్మాయు నిందుల పంద్రెణ్టి కాంపులనై పెట్టిరి. SII. X, 207. (శ. 1071).

కాలమేఘదాసుడు = kalameghadasudu. శైవదేవతాభేదమగు క్షేత్రపాలుని నామములలో నొకటి. కాలమేఘుని లింగాకారముగ పూజించువాడు. Person who worships ksetrapala a savaite deity under the name of kalamegha. కొలని ప్రసన్న కేశవ దేవరకుంబాడిడి కొల్లపనాయకు కొడుకు బుమన పెట్టిన సంధ్యదీపము కాలమేగ దాసులు నడపంగలవారు. SII. V, 180. (శ. 1181).

కాలసంఖ్య = kalasamkhya. దానమిచ్చిన సంవత్సరము. The year of grant. రాజమహేంద్ర పోతెపిచోడు నన్నూరి హోంకారదేవికి సర్వకర పరిహారముగా నిచ్చిరి. వీర యిచిన కాలసంఖ్యలు శకవష ా ంబులు 1010... NI. Ongole, 92. (శ. 1010).

కాలాముఖవ్రతము = kalamukhavratamu. శైవమత భేదములలో నొకటి. వీరు (1) కపాలములో భోజనము చేయుట. (2) చితాభస్మమును పూసికొనుట. (3) ఆ భస్మమును భుజించుట. (4) దండమును ధరించుట. (5) కల్లుకుండను పెట్టుకొనుట. (6)

శివుని ఆ కుండపై నిలిపి ఆరాధించుట మొదలగు ఆచారములు కలవారు. ఇవియే వారికి ఇహపర సాధనములని వారి మతము. A saiva sect, holding the following as means of attainment of desires concerning the world and next. (1) eating food in a skull, (2) besmearing the body with the ashes of the dead body, (3) eating the ashes, (4) holding a cut, keeping a pot of wine and, (5) worshipping to God as seated there in (vaishnavism, saivism and minor religious systems

– R.G. Bhandarkar).

దాపయిత్వా తటాకౌద్వా దేవాయ తదనంతరం ప్రాలూప్పూర సముత్పన్నం ధ్రితకాలాముఖ వ్రతం।। మల్లిఖార్జున మభ్యర్థ్యతస్మై తత్వార్థ భావినే। సౌమేశ్వరం వరంస్థానం ప్రాదా దాచంద్రతారకం।। (కన్నర దేవచోడుని మంత్రి మారయ శాసనము). SII. X, 74. (శ. 2037).

కాలోచితమూల్యము = kalocitamulyamu. కాలమునిబట్టి యిచ్చిన ధర. One fourth of a maruturu. ఏంబై మోదాలను ఇచ్చి శ్రీభండరమున దీపదండ్డునకు కాలోచిత మూల్యము వెట్టెంగ్గాన .... SII. VI, 1138. (శ. 1208).

27. శ్రీమదాంధ్ర భాగవత నామ సర్వస్వం (శ్రీవేంకటీయం) - కాలపదాలు

కాలం – కాలం ఈ కింది విధంగా లెక్కించబడింది.

సూక్ష్మకాలం: కిటికీనుండి గదిలోనికి సూర్యకాంతి ప్రసరించే సమయంలో కనిపించే చిన్న మట్టిరేణువులో ఆరవ భాగానికి పరమాణువు అని పేరు. సూర్యకిరణం ఆ పరమాణువు ఒకవైపునుండి ఇంకొక వైపునకు పయనించడానికి పట్టే కాలాన్ని సూక్ష్మకాలం అంటారు.

అణువు = 2 సూక్ష్మకాలాలు.

త్రస రేణువు = మూడు అణువులు = 6 సూక్ష్మకాలాలు.

త్రుటి = త్రస రేణువులు = 9 అణువులు = సూక్ష్మకాలాలు.

వేధ = 10 త్రుటులు.

లవం = 3 వేధలు.

నిమేషము = 3 వేధలు.

క్షణం = 3 నిమేషాలు.

కాష్ఠ = 5 క్షణలు.

లఘువు = 10 కాష్ఠలు.

నాడిక = 10 లఘువులు.

ముహూర్తం = 2 నాడికలు.

ప్రహారం = యామము/జాము = ఏడున్నర నాడికలు.

పగలు/రాత్రి = నాలుగు యామాలు/జాములు.

దినం = 8 జాములు.

పక్షం = 15 దినాలు.

నెల = 2 పక్షాలు = 30 దినాలు.

ఋతువు = 2 నెలలు.

అయనం = 3 ఋతువులు = 6 నెలలు.

సంవత్సరం = 2 అయనాలు = 6 ఋతువులు = 12 నెలలు.

పరమాయువు = 100 సంవత్సరాలు.

ఇందులో నాడిక అనగా ఆరుపలాల (18 తులాల) రాగితో ఒక పాత్రను సిద్ధంచేసి, నాలుగు మినపగింజల బరువుతో నాలుగంగుళాలు పొడవైన బంగారుకడ్డీని సిద్ధంచేసి దానితో ఆ రాగి పాత్ర అడుగున రంధ్రం చేస్తే, ఆ రంధ్రం గుండా ప్రస్థం నీరు క్రిందికు దిగడానికి పట్టేకాలం. 3-346

పైది మనుష్య కాలమానం. మనుష్యుల సంవత్సరం

దేవతలకు ఒకరోజు. ఆ లెక్కన పదివేల దివ్యసంవత్సరాలు ఒక మహాయుగం. అందులో కృతయుగం నాలుగువేలు, త్రేత మూడువేలు, ద్వాపరం రెండువేలు, కలి ఒకవేయి. వేయి మహాయుగాలు బ్రహ్మకు ఒక పగలు. ఆ కాలం పదునాలుగు మన్వంతరాలు. బ్రహ్మకల్పము అనగా 100 బ్రహ్మ సంవత్సరాలు.

3-349 నుండి 364

కాలక = ఈమె వైశ్వానరుని కుమార్తెలు నలుగురిలో చిన్నది. ఈమెను బ్రహ్మ ఆనతితో కశ్యపుడు వివాహ మాడినాడు. 6-258

వీరికి కాలకేయులు జన్మించినారు. వీరిని అర్జునుడు వధించినాడు.

1-350; 6-258

కాలకేయులు = వీరు కశ్యపునకు కాలక యందు జన్మించిన కుమారులు. ఇంద్రుడు 'బలియే తమ కందరకూ రాజు' అని చెప్పి అందరితో పాటుగా వీరిని కూడా అమృత మథనానికి ఒప్పించినాడు.

8-182

అమృతం తమకు దక్కకపోగా బలికి తోడుగా వీరు దేవతలతో పోరాడినారు. 8-334

వీరందరనూ అర్జునుడు చంపినాడు. 1-350; 6-258

బలికి తోడుగా దేవతలతో (వసువులు, అమరులతో) పోరాడినారు.

8-334

వీరు హిరణ్యపురంలో ఉండేవారు. వీరు ఇంద్రుని దూతిక అయిన

సరమ వల్లించే మంత్రాలకు భయపడుతూ ఉంటారు. 5-2-118

కాలగళుడు = నల్లని కంఠం కలవాడు; శివుడు.

కాలనాథుడు = ఈతడు సభానరుని కుమారుడు. ఈతని కుమారుడు సృంజయుడు. 7-37

కాలనాభుడు = హిరణ్యాక్షుని కుమారులలో నొకడు. 7-37

ఇతరులతో పాటుగా ఇంద్రుడు ఈతనిని కూడా ప్రార్థించి అమృతమథనానికి అంగీకరింప చేసినాడు. 8-331

దేవదానవ యుద్ధాలలో ఈతడు వృత్రునికి తోడుగా దేవతలతో పోరాడినాడు. 6-334.

బలికి తోడుగా యముడితో పోరాడినాడు. 8-334

కాలనేమి = ఈతడొక రాక్షసుడు. దేవదానవ యుద్ధంలో విష్ణువు ఈతడిని శూలంతో చంపినాడు. 8-345

ఈతడే కంసుడుగా పుట్టినాడు. 10-1-53; 10-1-1650

కాలపుత్రిక = ఈమె భర్తకొరకై లోకాలన్నీ వెదకి రాజర్షి యయాతి కుమారుడు పూరునిచేత వరించబడింది. కానీ ఆమె తన దౌర్భాగ్యం చేత 'దుర్భగ' అనే పేరును పొందింది. ఆ తరువాత ఎవరూ ఆమెను వరించలేదు. 4-811, 812.

కాలయవనుడు = ఈతడొక యవనుడు. ఈతడు మూడు కోట్ల మ్లేచ్ఛవీరులతో కూడుకొని మధురపైకి దండెత్తినాడు. అదేసమయంలో జరాసంధుడు కూడ మధురపైకి పద్దెనిమిదోసారి

దండయాత్రకు బయలుదేరినాడు. 10-1-1585

అప్పుడు కృష్ణుడు కాలయవనుని వద్దకు నిరాయుధుడుగా పోయినాడు.

కాలయవనుడు వెంబడించినాడు.

కృష్ణుడు ఒక కొండ గుహలో దూరగా ఈతడు కూడా దూరినాడు. అక్కడ ఒకడు నిద్రిస్తూ ఉండగా చూచి, కాలయవనుడు 'కృష్ణుడే నిద్రిస్తున్నట్లు నటిస్తున్నాడు' అనుకొని తన్నినాడు. ఆతడు నిద్ర లేచి కన్నులు తెరచి చూడగా కాలయవనుడు మాడి పోయినాడు. ఆ నిద్రిస్తూ ఉండినవాడు ముచికుందుడు.

10-1-1612 నుండి 1637.

కాలసూత్రం = ఇరవై ఎనిమిది రకాల నరకాలలో ఒకటి. 5-2-135

కాలాంజన పర్వతం = పులస్త్యపులహాశ్రమాలు ఈ కొండ సమీపంలో ఉన్నాయి. 5-1-118.

కాలారి = శివుడు. 8-405

కాలుడు = యముడు 8-405

కాలుడు = రుద్రునికి కల పదకొండు పేర్లలో నొకటి. 3-370

కాళి = పాండవులలో నొకడైన భీమసేనుడి మూడవ భార్య. వీరి పుత్రుడు సర్వగతుడు. 9-673

భారతంలో ఈమె పేరు జలంధర గానూ, ఈమె కుమారుని పేరు సర్వగడుగానూ పేర్కొనబడింది. ఆది 4-115

కాళి = కాలికాదేవి 6-7

28. శ్రీమదాంధ్ర మహాభారత నామ సర్వస్వం (రేవంతీయం) - కాలపదాలు

కాల = దక్షప్రజాపతికి ధరణియందు కలిగిన యాభైమంది కుమార్తెలలో ఈమె నలభై ఒకటవది. ఈమె కశ్యపుణ్ణి వివాహమాడింది. ఈమె పుత్రులు కాలకేయులు. వీరు ఎనిమిదిమంది. వీరు వినాశనుడు, క్రోధుడు మొదలైనవారు. వీరు హిరణ్యపురంలో నివసిస్తారు. వీరిని అర్జునుడు ఇంద్రుడి కోరికపై వధించినాడు. ఆది 3-61, అరణ్య 4- 79 నుండి 86. ఈమెను కాలక అని కూడా అంటారు.

కాలం = 'నిమేషం' అన్నది కాలగణనంలో అతిచిన్న ప్రమాణం. దీనిని 'నిముషమ'నీ 'నిముసమ'నీ కూడా అంటారు. ఇది కనురెప్ప మూసి తెరచుటకు పట్టునంత అల్పకాలము. ఇది ప్రస్తుతం ఆంగ్ల పద్ధతిలోని గణనలో 2/135 సెకెనులు.

1 నిమేషము - 2/135 సెకెనులు.

18 నిమేషములు – 1 కాష్ఠ (4/15 సెకెనులు)

30 కాష్ఠలు – 1 కళ (8 సెకెనులు)

360 కళలు – 1 ముహూర్తం (0.8 గంటలు లేక 2880 సెకెనులు)

30 ముహూర్తాలు – 1 రోజు అనగా 24 గంటలు

30 రోజులు – 1 నెల

2 నెలలు – 1 ఋతువు

3 ఋతువులు – 1 అయనం

2 అయనాలు – 1 సంవత్సరం

ఇంతవరకు చెప్పిన కాలం నరుల కాల మానానికి చెందినది.

నరులకు 1 నెల అయితే పితృదేవతలకు 1 రోజు.

నరులకు 1 సంవత్సరం అయితే దేవతలకు 1 రోజు.

ఒక దేవతల సంవత్సరం – 360 నరుల సంవత్సరాలు.

12, 000 దేవతల ఏండ్లు ఒక మహాయుగం. కృతయుగం త్రేతాయుగం ద్వాపర యుగం కలియుగం కలిసి ఒక మహాయుగమవుతుంది. ఇవి పరిమాణంలో వరుసగా 4:3:2:1 నిష్పత్తిలో ఉంటాయి. అనగా

కృతయుగం 12000×4÷ (4+3+2+1)

= 4800 దేవ సంవత్సరాలు.

త్రేతాయుగం 12000×3÷ (4+3+2+1)

= 3600 దేవ సంవత్సరాలు.

ద్వాపర యుగం 12000×2÷ (4+3+2+1)

= 2400 దేవ సంవత్సరాలు.

కలియుగం 12000×1÷(4+3+2+1)

= 1200 దేవ సంవత్సరాలు.

మొత్తం 12,000 దేవ సంవత్సరాలు.

కృతయుగం ఆదిలోని అంతంలోని సంధ్యకాలాలు ఒక్కొక్కటి 400 దేవ సంవత్సరాలు.

త్రేతాయుగం ఆదిలోని అంతంలోని సంధ్యకాలాలు ఒక్కొక్కటి 300 దేవ సంవత్సరాలు.

ద్వాపరయుగం ఆదిలోని అంతంలోని సంధ్యకాలాలు ఒక్కొక్కటి 300 దేవ సంవత్సరాలు.

కలియుగం ఆదిలోని అంతంలోని సంధ్యకాలాలు ఒక్కొక్కటి 100 దేవ సంవత్సరాలు.

12, 000 దేవతా సంవత్సరాల కాలమైన మహాయుగాలు వేయి అయితే బ్రహ్మ దేవునకు ఒక పగలు. రెండువేల మహాయుగాలు బ్రహ్మదేవునికి ఒక రోజు. శాంతి 5-39 నుండి 54

కాలంజరం = ఈ పర్వతంపైనగల దేవహ్రదంలో స్నానంచేసి కోరిన కోరికలను పొందుతారు. అరణ్య 2-278

(1)కాలకంఠుడు = నల్లని కంఠం కలవాడు; ఈశ్వరుడు.

అరణ్య 1-300

(2) కాలకంఠుడు = ఈతడు వరుణసభలో ఉంటాడు. సభా 1–72

కాలకపుత్రులు = కశ్యపప్రజాపతికి కాలకయందు కలిగిన వినాశనుడు క్రోధుడు మొదలైన ఎనిమిది మంది పుత్రులు. వారు వరుసగా జయత్సేనుడు, పరాజితుడు, నిషధాధిపతి, శ్రేణిమంతుడు, మహోజుడు, ఆభీరుడు, సముద్రసేనుడు, బృహత్తులుగా జన్మించినారు. ఆది 3–80 వీరిని కాలకేయులని కూడా అంటారు.

కాలకవృక్షీయుడు = ఈయన ఒకానొక ముని. ఈతడొకనాడు 'క్షేమదర్శి' అనే కోసలరాజు నగరానికి పంజరంలో ఒక కాకిని ఉంచుకొని వచ్చినాడు. 'ఈ కాకి త్రికాలవేది' అని అందరకూ చెప్తూ, క్రమంగా రాజునుదర్శించి, 'నీకు ధనార్జన విషయంలో ఏమరుపాటు ఉంది. దొంగలను ఈ కాకి పట్టి ఇస్తుంది' అని చెప్పి, తిరిగి విడిదికి పోయినాడు. ఆ రాత్రికి ఆ రాజోద్యోగులు ఆ కాకిని చంపించినారు. ఈతడు తిరిగి రాజును కలుసుకొని 'రాజోద్యోగులు కాకిని చంపించినారు.' అని చెప్పి, "నేను మీ తండ్రి స్నేహితుడను. మీ తండ్రి మరణించిన తరువాత ఇక్కడ ఉండలేక అడవికిపోయి తపస్సు చేసుకుంటూ ఉండినాను. నీ మీది ప్రేమతో నీ విషయం తెలుసుకొని 'మోసగాళ్ళైన రాజోద్యోగుల విషయం నీకు చెప్పాల'ని ఇట్లా వచ్చినాను" అని చెప్పి రాజును హెచ్చరించినాడు. శాంతి 2–364 నుండి 366 వరకు. అతడు ఇట్లా క్షేమదర్శిని హెచ్చరించి తిరిగి అడవికిపోయి తపస్సు చేసుకుంటూ ఉండగా విదేహరాజువల్ల

రాజ్యాన్ని పోగొట్టుకొని కోసలరాజు క్షేమదర్శి ఈతని వద్దకు చేరగా ఈతడు రాజుకు శాంతిని అందించి విదేహరాజును పిలిపించి క్షేమ దర్శికి కోసల రాజ్యాన్ని తిరిగి ఇప్పించినాడు. శాంతి 3-26, 37.

(1) కాలకూటం = ఇది యొక నది. శ్రీకృష్ణభీమార్జునులు జరాసంధుణ్ణి చంపడం కొరకు ఇంద్రప్రస్థం నుండి గిరివ్రజపురానికి పోయేత్రోవలో వారీనదిని దాటినారు. సభా 1-171.

(2) కాలకూటం = కురుక్షేత్ర యుద్ధానికి దుర్యోధనునికి సాయంగావచ్చిన సేనలు హస్తినాపురంచుట్టూ విడిసిన ప్రదేశాలలోనిది యొకటి. ఉద్యోగ 1- 228

(3) కాలకూటం = దేవదానవులు అమృతంకొరకు పాలసముద్రాన్ని చిలికినప్పుడు అమృతం పుట్టకమునుపు ఈ విషంపుట్టగా, దానిని ఈశ్వరుడు మ్రింగిగొంతులో ఉంచుకున్నాడు. ఆది 2-15

కాలకేయులు = కశ్యపప్రజాపతికి కాల యందు కలిగిన వినాశనుడు క్రోధుడు మొదలైన ఎనిమిది మంది కుమారులు. ఆది 3-63

వీరు రాక్షస జాతికి చెందినవారు. వీరి నాయకుడు వృత్రుడు. అరణ్య 3-3

వృత్రవధానంతరం వారికి నాయకుడు లేనందున దేవతలతో పోరాడలేక వీరు పగళ్ళంతా సముద్రంలో దూరి ఉండి రాత్రుళ్ళు బయటకువచ్చి భూజనులకు బాధలు కలిగిస్తూ ఉండేవారు. ఇంకా సాధువులకు అపకారం చేస్తూ ఉండేవారు. అరణ్య 3-9, 10

అప్పుడు అగ్ని, యముడు, వరుణుడు, ధనదుడు మొదలైనవారు ఇంద్రుణ్ణి ముందుంచుకొని విష్ణువును ప్రార్థించగా ఆయన 'మిత్రావరుణుల తనూజుడైన అగస్త్యుడు సముద్రంలోని నీటినంతటినీ త్రాగగలడు. అప్పుడు బయటపడే కాలకేయులను మీరు చంపండి' అన్నాడు. దేవతల ప్రార్థనతో అగస్త్యుడు సముద్రపు నీటినంతటినీ త్రాగినాడు. అప్పుడు బయట పడిన కాలకేయులను దేవతలు చంపినారు. అరణ్య 3-9 నుండి 17, 37 నుండి 43

అప్పుడు మిగిలిపోయిన వీరిని పౌలోములతో పాటుగా అర్జునుడు పాశుపతాస్త్రంతో చంపినాడు. అరణ్య 4-79 నుండి 86.

కాలఘటుడు = జనమేజయుని సర్పయోగంలోని సదస్యులలో నొకడు. ఆది 2-210

కాలచక్రం = ఇది ఆకారం ధరించి బ్రహ్మసభలో ఉంటుంది. సభా 1-80

కాలదంతకుడు = జనమేజయుని సర్పయాగంలో మరణించిన వాసుకి వంశంలోని సర్పాలలో నొకడు. ఆది 2-212

కాలనేమి = ఈతడు కంసుడై పుట్టినాడు. ఆది 3-80

కాలపర్వతం = రావణుడు లంకనుండి బయలుదేరి మారీచుడి కొరకు గోకర్ణానికి పోతూ దాటిన ఒకానొక పర్వతం. అరణ్య 6-317

కాలముఖులు = వీరు నరరాక్షసజాతివారు. సహదేవుడు రాజసూయయాగార్థం తానుచేసిన దక్షిణదిగ్విజయ యాత్రలో వీరిని

జయించినాడు. సభా 1-260

కాలవేగుడు = జనమేజయుని సర్పయాగంలో మరణించిన వాసుకి వంశంలోని సర్పాలలో నొకడు. ఆది 2-212

కాలశైలం = పాండవులు తమ తీర్థయాత్రలో భాగంగా ఈ పుణ్యశైలాన్ని దర్శించినారు. అరణ్య 3-283

కాలంజనం = గంగాయమునా సంగమంవద్దకల 'కాలాంజనమ'నే కొండ ఊటలో స్నానం చేసినవారు ముక్తిని పొందుతారు.

అను 2-82

కాలాంజరం = ఈ కొండపైన కల దేవహ్రదంలో స్నానంచేసి కోరిన కోరికలు తీర్చుకుంటారు. అరణ్య 2-278

(1) **కాలుడు** = ప్రజాపతికి 'బ్రహ్మవిద్య' అనే భార్యయందు జన్మించిన 'ధ్రువుడ'నే కుమారుడు. ఆది 3-67

(2) **కాలుడు** = యముడు. అరణ్య 7-218

(3) **కాలుడు** = పదిమంది విశ్వదేవతలలో నొకడు. సభా 1-67.

29. శ్రీమద్రామాయణ నామసర్వస్వం

(జయలక్ష్మీయం) - కాలపదాలు

కాలంజనము = సర్వార్థసిద్ధుడనునొక భిక్షుకుడు ఒక కుక్కను అనవసరముగా కొట్టగా విచారించిన రాముడు, ఆ కుక్క కోరగా, ఆతనిని ఈ కాలంజనమను కొండపైనకల దేవాలయమునకు అధిపతిని చేసెను. కం.పా.రా. 7-21

కాలకల్పుడు = ఈతడు మహాకాయుని మంత్రులలో నొకడు. రం. రా. యుద్ధ 325-13 నుండి 17.

కాలకార్మికుడు = జనస్థానములో రామునిపై దండెత్తు ఖరుని చుట్టూ చేరిన పన్నెండుగురు రాక్షసవీరులలో ఈతనొకడు. అరణ్య 23-2

కాలకుడు = కశ్యపునకు కాళికయందు కలిగిన ఇరువురు పుత్రులలో ఈతడు చిన్నవాడు. పెద్దవాడు నరకుడు. అరణ్య 14-16

కాలకేతుడు = రావణుడు మూడవ మారు యుద్ధమునకు వచ్చినప్పుడు ఈతడు రావణుని రథసారథి. రం. రా. యుద్ధ 453-16

1) **కాలకేయులు** = వీరు అశ్మనగరములో నివసించు రాక్షసులు. రావణుడు దండెత్తిపోయి వారిని చంపెను. వారితోపాటు కాలకేయుడే యయిన శూర్పణఖ భర్త విద్యుజ్జిహ్వుని కూడ చంపెను.

ఉత్తర 23-17, 18

2) **కాలకేయులు** = విష్ణువు చేతిలో వీరు నుగ్గైరి. కం. పా. రా. 4-21 పౌలస్త్యలనూ, కాలకాకేయులనూ, అర్జునుడు చంపెను. భారతము అరణ్య 4-81 నుండి 86

కాలగౌతముడు = ఈతడు బ్రహ్మదత్తుడనురాజును పీడించి యాతనిని 'గ్రద్దవుకమ్ము' అని శపించెను. ఉత్తర-ప్రక్షిప్త-3-3-55 నుండి 62

కాలచక్రము = ఇది గొప్పబలమూ కామరూపమూ కలిగి ప్రకాశించు నొకానొక అస్త్రము. ఇతర అనేకాస్త్రములతోపాటుగా దీనిని విశ్వామిత్రుడు రామునకు ఇచ్చెను. బాల 27-4 నుండి 6, 20, 21.

ఈ అస్త్రముతోపాటు అనేకాస్త్రములను విశ్వామిత్రుడు ప్రయోగించగా వీటినన్నింటినీ వసిష్ఠుని బ్రహ్మదండము మ్రింగెను. బాల 56-10, 13

కాలదండము = ఇది జీవులను చంపుటకు యముడు ఉపయోగించు దండము. ఉత్తర 22-23

కాలదంష్ట్రుడు = ఈతడు మహాకాయుని మంత్రులలో నొకడు. రం. రా. యుద్ధ 326-9 నుండి 11

(1) **కాలనేమి** = ఈతడు విష్ణువు చేత ఓడించబడిన ఒకానొక

రాక్షసుడు. ఉత్తర 6-34 నుండి 36

(2) కాలనేమి = ఈ కాలనేమి వృత్తాంతము వాల్మీకి రామాయణమున లేదు. రంగనాథ రామాయణమున నున్నది. ఆ వృత్తాంతమిది. లంకా యుద్ధము జరుగుచుండగా ఒకనాటి నడిరేయి రావణుడు కాలనేమి ఇంటికి పోయెను. 'లక్ష్మణుని బ్రతికించుటకై సంజీవకరణిని తెచ్చుటకు హనుమంతుడు పోవుచుండెను. 'నీవు వేగముగాపోయి ఆ హనుమంతుని చంపుము. చంపలేకపోయిన యెడల తెల్లవారువరకైనా ఆతడు ద్రోణ పర్వతమును చేరకుండ ఆపుము' అని చెప్పి, తిరిగి 'ద్రోణ పర్వతము సమీపములోని ఒక సరస్సులో ఒక మొసలి యున్నది. నీ వా హనుమంతుని వంచించి ఆ సరోవరమునకు పంపుము' అనెను. రం. రా. యుద్ధ 433-11 నుండి 19.

కాలనేమి అందుకు అంగీకరించక పోగా, రావణుడు ఈతడిని చంపపూనెను. ఆ విషయము తెలుసుకున్న కాలనేమి 'నేనా పనిపై పోవుచున్నాను' అని రావణునికి చెప్పిపోయెను.

రం. రా. యుద్ధ 433-20 నుంది 28.

అట్లు పోయిన కాలనేమి ద్రోణ పర్వత సమీపములో రావణుడు చెప్పిన సరోవర ప్రాంతమున ఒక వనమునూ, ఆశ్రమమునూ, సృష్టించి, కన్నులు మూసుకొని ఒక మునివలె కూర్చుండెను. రం. రా. యుద్ధ 433-29 నుండి 434 - 3

సంజీవకరణిని తెచ్చుటకు హనుమంతుడు ఆకాశవీధిలో

పోవుచూ, ఆ ఆశ్రమమును చూచెను. 'నేను మునుపు వచ్చినప్పుడు ఈ ప్రాంతమున ఈ ఆశ్రమము లేదు. నేను త్రోవ తప్పి ఇక్కడకు వచ్చితినేమో? ఇక్కడ నుండు మునిని అడిగి తెలుసుకొనెదను గాక!' అనుకొనుచూ నేలకు దిగెను. యుద్ధ 434–3 నుండి 7

హనుమంతుడు కాలనేమివద్దకు వచ్చి తన విషయముచెప్పి 'నాకు దప్పికగానున్నది. నీళ్ళున్నాయా?' అని ప్రశ్నించెను. అప్పుడు కాలనేమి జరిగిన వృత్తాంతము నంతటినీ జ్యోతిష్యము చెప్పినట్లుగాచెప్పి, హనుమంతుని ఆకట్టుకొనెను. పిమ్మట 'నీవు ఇక్కడ కొంతసేపు విశ్రమించిన యెడల సూర్యోదయ సమయమున నీకు తగిన మంత్రముల నుపదేశించెదను' అనెను.

ఆలస్యమునకు హనుమంతుడు అంగీకరించకపోగా, కాలనేమి హనుమంతునితో 'అట్లా అయితే ఈ చేరువలో ఒక సరస్సు కలదు' నీవు కళ్ళుమూసుకొని అందులోనికి దిగి నీరుత్రాగుము. నీవు దివ్యకాయుడవగుదువు. దివ్యౌషధములు కూడా నీకు కనిపించును అనెను. హనుమంతుడు వెంటనే కాలనేమి చెప్పిన సరస్సునకుపోయి కళ్ళుమూసుకొని సరస్సులోదిగి నీళ్ళ త్రాగెను. ఆ కొలనులోని పెద్దమొసలి అప్పుడా హనుమంతుని పాదములను పట్టుకొనెను. హనుమంతుడు తన తోకతో దాని పళ్ళను రాలగొట్టెను. రం. రా. యుద్ధ 434–7 నుండి 435 – 34

అప్పుడా మొసలి హనుమంతుని మ్రింగెను. హనుమంతుడు

దాని కడుపులోనికి ప్రవేశించెను. ఆ మొసలి సంతోషముగా నీటిమధ్యకు చేరెను. అంతలో హనుమంతుడు దాని కడుపులోని ప్రేవులనూ, నరములనూ త్రెంచెను. బాధతో అది నోరు తెరవగా హనుమంతుడు దాని కడుపునుండి తెరచిన నోటి ద్వారా వెలువడెను.

వెంటనే ఆ మొసలి ఒక గంధర్వస్త్రీయయి ఆకాశములో విమానముపైన ఉండి హనుమంతునితో ఇట్లనెను. 'నేను నీ వల్ల శాపవిముక్త నయితిని. నే నిక స్వర్గమునకు పోయెదను. పోవుటకు ముందు నీకు ఒక శుభవార్తను చెప్పెదను. విను. నిన్ను ఈ సరస్సుకు పంపినవాడు ముని కాదు. రావణుని అనుచరుడైన ఒకానొక రాక్షసుడు. వాడు రావణుడు పంపగా ఇక్కడికి వచ్చెను. వీడు చంపదగినవాడు. వీడిని చంపి, నిరాటంకముగా ద్రోణపర్వతమునకు పొమ్ము. ద్రోణ పర్వతమునకు ఇది దారి' అని చూపి, చెప్పి, ఆ గంధర్వ వనిత తిరిగి ఇట్లనెను. "నేను ధాన్యమాలిని యను గంధర్వ కన్యను. సదాశివుడు రజతాద్రిపై శోభించుచూ నుండగా, నేను ఒకనాడు ఆడిపాడి ఆయనను సంతోషపరచి ఈ కొలనులో జలక్రీడలాడుచుంటిని. అప్పుడు నన్ను చూనిన శాండిల్యుడను ముని, నన్ను మోహించి కవయ నుంకించెను. అప్పుడు నేనామునితో 'నేను రజస్వలను. ఈ మూడు దినములూ నన్ను ముట్టరాదు. ఈ మూడు దినములూ నేను నీ ఇంటనే ఉండి తరువాత నిన్ను పొందెదను' అని చెప్పి గంధమాదనములోని ఆతని

ఇంటిలో నుంటిని.

ఇంతలో రావణుడు సేనతోకూడి ఆ రాత్రి ఆ కొండపై విడిసి, నన్ను మంచి మాటలతో రంజింపచేసి రమించెను. వెంటనే నాకు అతికాయుడను పుత్రుడుదయించెను. నే నాబాలుని రావణునకే ఇచ్చి వేసితిని. మూడు రోజులు ముగిసిన పిమ్మట, నేను మునిముందర నిలిచితిని. అప్పుడాముని 'నీవు నా ఇంటిలోనుండి నన్ను మోసగించి ఎవడిని పొందితివి?' అంటూ కోపగించి 'ఈ పాపమువలన నిన్నుపొందినవాడు పుత్రమిత్రాది బలములతో భస్మమై పోవును. నీవు ఈ కొలనులోనే మొసలివై యుండుము' అని శపించెను. 'ఈ శాపమునకు మోక్షణమేది? అని ప్రార్థించగా, ఆయన కొంతకాలమునకు రాముని పనిమీద హనుమంతుడు ఇక్కడకు వచ్చును. ఆతనివలన నీకు శాపవిముక్తి కలుగును' అని అనుగ్రహించెను." రం. రా. యుద్ధ 436-1 నుండి 438-10.

ధాన్యమాలిని హనుమంతునికు ఇట్లు చెప్పి స్వర్గమునకు పోయెను. హనుమంతుడు కాలనేమిని చంపి ద్రోణపర్వతమునకు పోయెను. రం. రా. యుద్ధ 438-12 నుండి 34

ఈ కాలనేమి కథ వాల్మీకి రామాయణమున లేకున్ననూ రంగనాథ రామాయణముతో పాటుగా మొల్లరామాయణములో కూడ కలదు. కానీ ఈ రెంటియందును కొన్ని తేడాలు కలవు. మొల్ల రామాయణమున ఇట్లు కలదు.

రావణుడు కాలనేమిని హనుమంతుడు ద్రోణపర్వతము చేరకుండా ఆపుటకు పంపెను. ఈతడు ద్రోణపర్వత సమీపములో ఒక వనమును సృష్టించి మునివలె పద్మాసనము నందుండి కన్నులు మూసుకొని యుండెను. ఆకాశమార్గమున పోవుచున్న హనుమంతుడు ఆ వనమును చూచి త్రోవ తప్పెనేమోనను సందియమున ఆ మునీంద్రునడిగి తెలుసుకొనదలచి అక్కడకువచ్చి కాలనేమికి నమస్కరించెను.

పిదప తన కార్యమును చెప్పి దాహమునకు నీటి నడిగెను. ఆ కాలనేమి హనుమంతునితో "నీవు ద్రోణపర్వతమునకు పోనవసరము లేదు. నా వనములో సంజీవకరణి మొదలైన ఓషధులున్నవి. నీవు తీసుకొని పోవచ్చు. కోరిన పండ్లు తిని, నీరు త్రాగు" అంటూ తన చేతిలోని విషము కలిపిన కమండలములోని నీటిని చూపెను. అప్పుడు హనుమంతుడు 'ఆ నీరు నాకు చాలదు' అనగా ఆ కాలనేమి దగ్గరలోని సరోవరమును చూపెను. హనుమంతుడు ఆ కొలనులోని నీరు కడుపార త్రావెను. ఆ కొలనులోని మొసలి తనను పట్టుకొనగా హనుమంతుడు మిక్కిలి సూక్ష్మరూపము ధరించి దాని కడుపులోనికి ప్రవేశించి దాని కడుపును చీల్చి బయటకు వచ్చెను. అప్పుడా మొసలి ఒక దేవకన్యయయి ఆకాశంలో ఉండి తన వృత్తాంతమంతయునూ చెప్పెను. పిమ్మట "వీడు దైత్యుడు. వీనిని చంపి సంజీవి కొండకుపొమ్ము. నా శాపం తీరినది." అని చెప్పి దీవించి పోయెను.

మొ. రా. యుద్ధ 2-66 నుండి 75

హనుమంతుడు కాలనేమి వద్దకు రాగా కాలనేమి "నాకు దక్షిణ ఇచ్చి అడుగు. నీకు ఇష్టమయినవి ఇచ్చెదను" అనెను. అందుకు కోపించిన హనుమంతుడు ఆతనిని ముష్టితో పొడిచెను. ఆతడు పక్షిరూపము ధరించి హనుమంతుని సమీపించెను. హనుమంతుడు ఆ పక్షి రెక్కలను త్రుంచగా అతడు సింహమై హనుమంతునితో యుద్ధము చేసెను.

పిమ్మట కాలనేమి తిరిగి సుగ్రీవుని రూపములో వచ్చి "హనుమా! లక్ష్మణుడు బ్రతికినాడు. 'మందులవసరము లేదు' అని చెప్పి, రాముడు నన్ను పంపెను. పోవుదము రమ్ము" అనెను. హనుమంతుడు గమనించి 'ఆతడు సుగ్రీవుడు కాడ'ని తెలుసుకొని ఆతని గుండెలమీద పొడిచెను. ఆతడు ఆ రూపమును వదిలి శతశృంగుడయి హనుమంతుని నొప్పించెను. అప్పుడు హనుమంతుడు తనతోకతో కొట్టి చేతులూ, తలా, త్రెంచి కాలనేమిని చంపెను. మొ. రా. యుద్ధ 2-76 నుండి 79.

కాలపర్వతము = ఇది కిష్కింధకు ఉత్తరమున కల ఒకానొక పర్వతము. కిష్కింధా 43-15

(1) **కాలపాశము** = ఇది జీవులను సంహరించుటకై కాలుని (యముని) చేతిలోనుండు పాశము అను ఆయుధము. యుద్ధ 7-13

(2) **కాలపాశము** = ఇది కామరూపము కలిగి మహాబలశాలియయిన

ఒకానొక అస్త్రము. దీనిని విశ్వామిత్రుడు రామునకు ఇచ్చెను. బాల 27-8, 20, 21 ఇతర అనేకాస్త్రములతోపాటుగా విశ్వామిత్రుడు దీనిని ప్రయోగించగా వాటినన్నింటినీ వసిష్ఠుని బ్రహ్మదండము మ్రింగెను. బాల 56-8, 13

కాలపాలుడు = ఈతడు ఒకానొక కపివీరుడు. రం. రా. కిష్కింధా 195-25

కాలమహి = కిష్కింధకు తూర్పున కల నదులలో నిదియొకటి. కిష్కింధా 40-22

కాలస్యాస్త్రము = ఇది సంవర్తమనునస్త్రము. దీనిని ప్రయోగించి భరతుడు మూడు కోట్లమంది గంధర్వులను చంపెను. ఉత్తర 101-7

కాలాంతకుడు = కాలునికి (యమునికి) అంతకుడు; శివుడు. అరణ్య 3-15

కాలాస్త్రము = ఇతర అనేకాస్త్రములతోపాటుగా విశ్వామిత్రుడు దీనిని ప్రయోగించగా, వాటినన్నింటినీ వసిష్ఠుని బ్రహ్మదండము మ్రింగెను. బాల 56-11, 3

కాలికాముఖుడు = సుమాలికి కేతుమతి యందు కలిగిన పదిమంది కుమారులలో ఈతడు నాలుగవవాడు. ఉత్తర 5-37 నుండి 40

కం. పా. రా. లో ఈతని ఈ పేరునకు బదులుగా శకటీముఖుడని చెప్పబడెను. కం. పా. రా. 1-249

కాలియుడు = ఈతడు రామునికి పరిహాసపూర్వకమగు మాటలను

చెప్పు పదుగురలో నొకడు. ఉత్తర 43–2, 3

(1) **కాలుడు** = యముడు. ఈతడు సూర్యునికి ఛాయాదేవి యందు కలిగిన పుత్రుడు. ఉత్తర 4–16

(2) **కాలుడు** = శివుడు. ఉత్తర ప్రక్షిప్త 1–4–35

30. శ్రీసూర్యరాయాంధ్ర నిఘంటువు (ద్వితీయ సంపుటము) - కాలపదాలు

కాల = సం. వి. ఆ. స్త్రీ. 1. దుర్గ. 2. నీలిచెట్టు. 3. సుషేణిక, నల్ల తెగడ (వృ. వి.). 4. సుషవి, నల్లజీలకఱ్ఱ (వృ. వి.). 5. మంజిష్ఠ (వృ. వి.). 6. అశ్వగంధ, పెన్నేరు (వృ.వి.).

కాలంజరము = సం. వి. అ. పుం. 1. పర్వతభేదము. 2. యోగిచక్రమేళకము, యోగులు సమావేశమగు చోటు. (విల్యమ్సు.)

కాలంజరి = సం. వి. ఈ. స్త్రీ. చండి, పార్వతి.

కాలంజరుఁడు = సం. వి. అ. పుం. 1. శివుఁడు. 2. భైరవుఁడు.

కాలక = సం. వి. ఆ. స్త్రీ. కాలకేయులను అసురుల యొక్క మాత, దక్షునికూఁతురు.

కాలకంటకము = సం. వి. అ. పుం. 1. ఒకానొక పక్షి, దాత్యూహము, కూకురుగుండె. 2. పీతసారము, వేఁగిస (వృ. వి.)

కాలకంఠకము = సం. వి. అ. పుం. ఒకానొక పక్షి, దాత్యూహము,

కూకురుగుండె.

కాలకంఠము = సం. విణ. (అ. ఆ. ఈ. అ.) నల్లని కంఠము కలది. వి. అ. పుం. 1. నెమలి. 2. కలవింకము, పిచ్చుక. 3. దాత్యూహము, కూకురుగుండె, 4. ఖంజనము, కాటుకపిట్ట. 5. పీతసారము, వేఁగిస (వృ.వి.)

కాలకంఠుఁడు = సం. వి. అ. పుం. విషము త్రాగుటచే నల్లని కంఠము కలవాఁడు – శివుఁడు.

కాలకందకము = సం. వి. అ. పుం. నీరుపాము.

కాలకచువు = సం. వి. ఉ. స్త్రీ. నల్లకంద (వృ. వి.)

కాలకము = సం. విణ. (అ. లికా. అ.) నల్లనిది. వి. అ. పుం. 1. పుట్టుమచ్చ. 2. అలగర్దము, నీటిపాము. 3. జతుకము, లక్క. 4. కంటినల్ల గ్రుడ్డు. 5. (బీజగ) అవ్యక్తరాశిసంజ్ఞాభేదము. న. 1. యకృత్తు, కారిజము. 2. కాలశాకము, కటివేము (వృ. వి.)

కాలకర్ణి = సం. వి. ఈ. స్త్రీ. అలక్ష్మి, పెద్దమ్మ.

కాలకలాయము = సం. వి. అ. పుం. నల్లనిగుండ్రని సెనగలు, నల్ల బటానీలు.

కాలకాలుఁడు = సం. వి. అ. పుం. శివుఁడు.

కాలకీలము = సం. వి. అ. పుం. కోలాహలము, కలకలము, (వాచ.)

కాలకుంఠుఁడు = సం. వి. అ. పుం. యముఁడు.

కాలకూటము = సం.వి. అ. పుం. న. పాలసముద్రమున పుట్టి శివునిచే

త్రాగఁబడిన హాలహాలవిషము.

కాలకృతుఁడు = సం. వి. అ. పుం. కృతకాలుఁడు – సూర్యుఁడు.

కాలకృత్తు = సం. వి. త్. పుం. సూర్యుఁడు. (త్రి. ని.)

కాలకేయులు = సం. వి. అ. పుం. బ. కాలకాపుత్రులగు రాక్షసులు.

కాలక్షేపము = సం. వి. అ. పుం. 1. కాలము వెళ్లఁబుచ్చుట, ఉబుసుపోక. 2. విలంబము, జాగు.

కాలఖంజనము = సం. వి. అ. న. కారిజము.

కాలఖండము = సం. – కాలఖంజనము.

కాలగ్రంథి = సం. వి. ఇ. పుం. సంవత్సరము.

కాలఘాతి = సం. విణ. (న్, నీ, న్.) కాలక్రమమున చంపునది. (విషము, మొ–విల్యమ్ము.)

కాలచక్రము = సం.వి. అ. న. చక్రాకారముగా తిరుగుచుండుకాలము.

కాలచింతకుఁడు = సం. వి. అ. పుం – కాలము నాలోచించువాఁడు– దైవజ్ఞుఁడు, జోస్యుఁడు.

కాలజ్ఞము = సం. వి. అ. పుం. 1. కోడి. 2. కోయిల.

కాలజ్ఞానము = సం. వి. అ. న. 1. జ్యోతిశ్శాస్త్రము. 2. యుక్త కాలము నెఱుఁగుట. 3. మృత్యువును తెలుపు చిహ్నభేదము.

కాలజ్ఞుఁడు = సం. విణ. (అ. ఆ. అ.) ఉచితసమయమును తెలిసినవాఁడు. వి. అ. పుం. జోస్యుఁడు.

కాలటుక = వి. (కాలు2+అటుక) కుండలుంచుటకై రెండుమొనలు ఇరుప్రక్కల గోడలయందు పొదిగి యూఁతగా కాళ్లుంచి అడ్డముగా నమర్చినమ్రాను. (శ. ర.)

కాలతాలము = సం. వి. అ. పుం. తమాలము, చీకటిచెట్టు (వృ. వి.)

కాలతిందుకము = సం. వి. అ. పుం. కాకితుమికి (వృ. వి.)

కాలత్రయము = సం. వి. అ. న. భూతభవిష్యద్వర్తమానము లను మూఁడు కాలములు.

కాలధర్మము = సం. వి. అ. పుం. 1. మృతి, మరణము. 2. కాలము యొక్క స్వభావము.

కాలనేమి = సం. వి. ఇ. పుం. 1. (హనుమంతుని చేత హతుఁడైన) ఒకానొక రాక్షసుఁడు. 2. (విష్ణుని చేత హతుఁడైన) ఒకానొక రాక్షసుఁడు.

కాలపక్వము = సం. విణ. (అ. ఆ. అ.) కాలముచేతనే పరిపాకము నొందినది. (ఫలము, మొ.) మను 6.21.

కాలవర్ణము = సం. వి. అ. పుం. తగరవృక్షము. నంది వర్ధనము (వృ. వి.)

కాలపర్ణి = సం. వి. ఈ. స్త్రీ. ముయ్యాకుపొన్న, విదారిగంధ (వృ. వి.)

కాలపాలకము = సం. వి. అ. న. కంకుష్ఠమృత్తిక.

కాలపాశము = సం. వి. అ. పుం. 1. యముని పాశాయుధము. 2. ఉరిత్రాడు.

కాలపాశికుఁడు = సం. వి. అ. పుం. 1. యముఁడు. 2. ఉరితీయువాఁడు.

కాలపిలువు = సం. వి. ఉ. పుం. కాకితుమికి (పృ. వి.)

కాలవృష్ఠము = సం. వి. అ. పుం. న. 1. ఒక జాతి ఇఱ్ఱి. 2. రాపులుఁగు. న. 1. కర్ణునివిల్లు. 2. విల్లు (హేమ. ని.)

కాలపేషి = సం. వి. ఈ. స్త్రీ. శ్యామాలత, ప్రేంకణము (పృ. వి.)

కాలప్రభాతము = సం. వి. అ. న. శరదృతువు. (త్రి. ని.)

కాలభాండిక = సం. వి. ఆ. స్త్రీ. మంజిష్ఠ (వృ. వి.)

కాలభైరవుడు = సం. వి. ఆ. పుం. శివాంశమున పుట్టి కాశియందున్న ఒకానొక దేవత.

కాలమానము = సం. వి. అ. పుం. 1. కృష్ణార్జకము నల్లగగ్గెర (పృ. వి.) 2. కృష్ణతులసి (వృ. వి.). (వాచ) న. కాలపరిమాణము, కాలము యొక్క కొలఁది.

కాలమాలము = సం. వి. అ. పుం. కృష్ణార్జకము, నల్లగగ్గె, (వృ. వి.)

కాలము = సం. విణ. (అ. ఈ. అ.) నల్లనిది. (అ. ఆ. అ.) క్రకూరము, వి. అ. పుం. 1. నలుపు. 2. వేళ, తఱిప్రొద్దు 3. కంటినల్లగ్రుడ్డు. 4. కోయిల. 5. (సంగీత.) ఒక కాలమానము, తాలప్రమాణవిశేషము. 6. మరణము, చావు. 7. ఎఱ్ఱచిత్రమూలము (వృ. వి.) 8. తాటిచెట్టు. 9. కాసమర్దము, కసింద (వృ. వి.) 10. మూఁడు అను సంఖ్య. 11. రాలము, మద్దిచెట్టుజిగురు. న. 1.

ఇనుము. 2. కాలీయక మనుగంధద్రవ్యము. 3. కక్కోలకము, తక్కోలము (వృ. వి.).

కాలగోచరుఁడగు = మృతినొందు.

ఆ. అట్లు తపముసేసి యద్దేవువరమునఁ, బుత్రదశ కలబ్ధిఁ బొంది కొంత, కాలమునకు వారు కాలగోచరులైన ... వాసిష్ఠ. 2. 151.

కాలముఖము = సం. వి. అ. పుం. నల్లనిముఖము కలది - కొండమ్రుచ్చు.

కాలముచేయు = మి. అ. క్రి. (కాలము+చేయి) కాలధర్మము నొందు, చచ్చు. క. అని నిశ్చయించి హస్తం, బున జలములు పూని తల్లిపొమ్మని ప్రోక్షిం, చిన మాయగోవు పడుచుం, గనుగ్రుడ్లం గిరుగవేసి కాలముచేసేన్. వరాహ. 10.40.

కాలమూలము = సం. వి. అ. పుం. ఎఱ్ఱచిత్రమూలము. (వృ. వి.)

కాలమేషి = సం. వి. ఈ. స్త్రీ. 1. మంజిష్ఠ, మంజిటితీఁగ. 2. సుషేణిక, నల్ల తెగడ (వృ. వి.). 3. సోమరాజి, కారుగచ్చ (వృ. వి.)

కాలమేషిక = సం. వి. ఆ. స్త్రీ. - కాలమేషి.

కాలయవనుఁడు = సం. వి. అ. పుం. ఒకానొక యవన రాజు. (ఇతఁడు కృష్ణుని తఱుముకొని వెళ్లి ఒక గుహలో నిద్రించుచున్న ముచుకుందుని కృష్ణుఁడను భ్రాంతిచే కాలితో తన్ని అతఁడు కనువిచ్చి చూచుటచేత దగ్ధుఁడయ్యెను.)

కాలయాపనము = సం. వి. అ. న. 1. కాలవిలంబము, జాగు. 2.

కాలము గడుపుట, ఉబుసుపోక.

కాలయోగము = సం. వి. అ. పుం. 1. కాలము యొక్క కూడిక, కాలసంబంధము. 2. విధి, దైవము.

కాలరాత్రి = సం. వి. ఇ; ఈ, స్త్రీ. 1. ప్రళయకాలము. 2. చీకటిరేయి. 3. దుర్గామూర్తిభేదము. 4. భీమరథి అనెడునది. 5. యమునిభగిని. 6. దీపావళ్యమావాస్య. 7. మనుష్యునియాయువున డెబ్బది యేడవ సంవత్సరమునందు ఏడవమాసములో ఏడవనాఁటి రాత్రి.

కాలరి = వి. (కాలు2+అరి) 1. పదాతి, కాలిబంటు

సీ. చేఁగల మెకములఁ జెండుబెండొనరించి కాలరి పౌఁజుల నేలఁ జమరి. అచ్చ. రా. సుం. 108.

2. దూత, వార్తాహరుఁడు.

వ... మనము వెసగల కాలరుల వేగంబుచ్చి శల్యకేకయజరాసంధతనయ ధృష్టకేతుప్రభృతులయిన భూపతులకును వారివారి బంధుమిత్ర జనంబులకు నెఱింగించుట కార్యంబు. భార. ఉద్యో. 1.37.

3. పథికుఁడిచ్చుపన్ను. అనుపు.

సీ... కాలరి నాఁగ ననుపు నాఁగ, నభిగంతృభాగధేయము చెలంగును... ఆం. భా. 2. 192.

కాలరుద్రుడు = సం. వి. అ. పుం. కాలరూపుఁడగు రుద్రుఁడు-కాలాగ్ని రుద్రుదు (కల్ప.) కాళరూప ప్రళయాగ్ని రూపరుద్రుభేదము. (వాచ.)

కాలలవణము = సం. వి. అ. న. బిడాలవణము.

కాలలుఁడు = సం. విశే. (అ. ఆ. అ.) కాలకము కలవాఁడు, పుట్టుమచ్చ గలవాఁడు.

కాలలో(లౌ)హము = సం. వి. అ. న. ఇనుము, ఉక్కు.

కాలవృంతము = సం. వి. అ. పుం. కుళుత్థము, ఉలవ (వృ. వి.)

కాలవృంతి = సం. వి. ఈ. స్త్రీ. పాటల, కలిగొట్టు (వృ. వి.)

కాలశాకము = సం. వి. అ. పుం. కృష్ణనింబము, కటివేము (వృ. వి.)

కాలశేయము = సం. వి. అ. న. కలశమునందుండునది – మజ్జిగ.

కాలసర్పము = సం. వి. అ. పుం. నల్లత్రాచు.

కాలసారము = సం. వి. అ. పుం. కృష్ణసారము, నల్ల ఇఱ్ఱి. స. పీతచందనము, పచ్చగందపుమ్రాను (వృ. వి.)

కాలసూత్రము = సం. వి. అ. న. 1. నరక భేదము. 2. మృత్యుహేతువగు సూత్రము. (ఉరిత్రాడు, మొ.)

కాలస్కంధము = సం. వి. అ. పుం. 1. తమాలము, చీకటిమ్రాను (వృ. వి.). 2. తిందుకము. తుమికి (వృ. వి.). 3. వకుళము, పొగడ (వృ. వి.) 4. జీవకము, వేఁగిస (వృ. వి.). 5. ఉదుంబరము, మేడి (వృ. వి.).

కాలస్థాలి = సం. వి. ఈ. స్త్రీ. పాటలి, కలిగొట్టు (వృ. వి.)

కాలహరణము = సం. వి. అ. న. విలంబము, జాగు.

కాలహాని = సం. వి. ఇ. స్త్రీ. కాలహరణము.

కాలహీనము = సం. వి. అ. పుం. లోధ్రము, లొద్దుగు (వృ. వి.)

కాలాంజనము = సం. వి. అ. న. మిక్కిలి నల్లని దగునొక యంజనవిశేషము.

కాలాంజని = సం. వి. ఈ. స్త్రీ. రేచని. తెల్ల తెగడ (వృ. వి.). (ఇది విరేచనకారి.)

కాలాండజము = సం. వి. అ. పుం. మిక్కిలి నల్లని పిట్ట. కోయిల.

కాలాంతకుఁడు = సం. వి. అ. పుం. శివుఁడు.

కాలాంతరము = సం. వి. అ. న. 1. మఱియొక కాలము. 2. కాలమునకు కాలమునకు నడుమ నుండు వ్యవధానము.

కాలాంతరవిషము = సం. వి. అ. పుం. కోపకాలములందుమాత్రము విషముగలది. ముష్టి కాది.

కాలాగ (గు)రువు = సం. వి. ఉ. న. కృష్ణాగురువు, నల్ల అగలు (వృ. వి.)

కాలాగ్ని = సం. వి. ఇ. పుం. 1. ప్రళయాగ్ని. 2. పంచముఖరుద్రాక్షము.

కాలాతిక్రమము = సం. వి. అ. పుం. యుక్తకాలము కడచిపోవుట. (ఇట్లే కాలాతిక్రమణము, కాలాతిపాతము, కాలాత్యయము, కాలాతిరేకము. మొ.)

కాలాతీతము = సం. విణ. (అ. ఆ. అ.) కడచిన యుక్తకాలము గలది, యుక్త కాలము దాఁటినది. (కృషి, మొ.) వి. అ. న. కాలాతిక్రమము. శ్లో. కాలాతీతే వృథాసంధ్యా వంధ్య స్త్రీ మైథునం యథా. (వాచ.)

కాలాత్ముఁడు (త్మ) = సం. వి. న్. పుం. - కాలరూపుఁడు - పరమేశ్వరుఁడు.

కాలానునాది = సం. వి. న్. పుం. 1. తుమ్మెద. 2. చటకము, పిచ్చుక. 3. కపింజలము, కవుఁజు. 4. చాతకము, వానకోయిల.

కాలానుసారకము = సం. విణ. (అ. రికా. అ.) కాలము ననుసరించి పోవునది. వి. అ. స. 1. తగరము. నందివర్ధనము (వృ. వి.) 2. పీతచందనము (వృ. వి.)

కాలానుసారి = సం. విణ. (న్. ణీ. న్.) కాలము. ననుసరించి వెళ్ళువాఁడు. వి. న్. న. 1. శైలజము, ఱాతిపువ్వు, సిలాజిత్తు. 2. సరళద్రవ్యము దేవదారుని ర్యాసముతో చేసిన ధూప ద్రవ్యము.

కాలానుసార్యకము = సం.– కాలానుసార్యము.

కాలానుసార్యము = సం. వి. అ. న. 1. శైలేయము. ఱాతిపువ్వు, సిలాజిత్తు. 2. శింశుప, ఇరుగుడు (వృ. వి.) 3. తగరము. నందివర్ధనము (వృ. వి.) 4. సుగంధ ద్రవ్యవిశేషము.

కాలాపము = సం. వి. అ. పుం. సర్పభోగము, పాము యొక్క పడగ.

కాలాయసము = సం. వి. అ. న. జనుము.

కాలావధి = సం. వి. ఇ. పుం. గడువు, మితి పెట్టిన కాలము.

కాలికము = సం. విణ. (అ. ఈ. అ.) 1. కాలముచేతఁ జేయఁబడినది. 2. కాలభవనము, కాలము వలనఁ బుట్టినది. 2. కాలమునకుఁదగినది. వి. అ. పుం. 1. క్రౌంచపక్షి. 2. బొగ్గు. న. 1. కృష్ణచందనము. (పృ.వి.). 3. వైరము, పగ. సం. విణ. 4. కాలమందైనది.

31. శ్రీహరి నిఘంటువు - కాలపదాలు

కాలచక్రము = సూర్యుడు, కాలజ్ఞాని, కోడి.

కాలదోషముపట్టు = ప్రస్తుత కాలంనకు పనికి రాకుండుట .

కాల నీళ్లు = దిష్టి తీసిన నీళ్ళు .

కాలప్రవృత్తి = విరేచనము .

కాలమగు = వర్షం పడి పంటలు బాగుగాపండు .

కాలమానము = కొలత, ఒక నిర్ణయమునకై గ్రహించు ఆధారము .

కాలరాచు = త్రోసిపుచ్చు .

కాలాంతకుడు = అసాధ్యుడు, దిట్ట, మిక్కిలి దుష్టుడు అనే అర్థాలు కాలపదబంధాలకు ప్రవర్తిల్లాయి .

కాలసారం = పచ్చగంధం .

కాలిక = పార్వతి, ద్రౌపది, కుబ్జ, రోమావళి, బొగ్గు, కొత్తమబ్బు, నెలసరివడ్డీ, వైవర్ణ్యం, నల్లజీలకర్ర, ఉడత, నల్లపిచ్చుక, తేలుకొండి, మద్యం, తొగరిమన్ను, నల్లసిరా, మబ్బుల వరుస, నలుపు.

కాలంచేయు = చనిపోవు .

32. సంస్కృతాంధ్ర నిఘంటువు - కాలపదాలు

కాలః = (పు) యముఁడు - కాలము అనఁగా సమయము - నల్లనివాఁడు.

కాలమేషీ = (స్రీ) క్రాలు చెట్టు.

కాలశేయం = (న) మజ్జిగ. (పు) వసిష్ఠుడు, అగస్త్యుడు.

కాలధర్మః = (పు) చావు.

కాలస్కంధః = (పు) తుమికి చెట్టు – చీకటిమ్రాను.

కాలఖండః = (పు) మాంస విశేషము.

కాలపృష్ఠం = (న) కర్ణునివిల్లు.

కాలమేషికా = (స్రీ) మంజిష్ఠ.

కాలకః = (పు) పుట్టుమచ్చ.

కాలకణ్ఠకః = (పు) భరతపక్షి.

కాలమానుః = (పు) విదురుఁడు.

కాల్యకః = (పు) గంధక చోరము.

కాలసూత్రం = (న) నరకభేదము.

కాలకూటః = (పు) విషము.

కాలకాముకా = (పు) విశ్వదేవతలలోనిద్దరు.

కాలయాపనం = (న) ప్రొద్దు పోఁగోట్టుట.

కాలవిలమ్బః = (పు) ప్రొద్దు పోఁగోట్టుట.

కాలక్షేపః = (పు) పురాణము - కథ - భజన మొదలయిన వానిచే కాలము పోఁగొట్టుట.

కాలమానవీయం = (న) నిబంధన గ్రంథము

కాలప్రకాశికా = (స్త్రీ) ముహూర్త విషయమయిన గ్రంథము.

కాలశాకః = (పు) కరివేపచెట్టు.

కాలకాలః = (పు) శివుఁడు.

కాలకలనా = (స్త్రీ) కాలము యొక్క యేర్పాటు.

కాలనియతిః = కాలము యొక్క యేర్పాటు.

కాలనియమః = (పు) కాలము యొక్క యేర్పాటు.

కాలచక్రం = (న) కాలరూపమైన చక్రము.

కాలప్రమాణం = (న) కాలము యొక్క కొలత.

కాలమహిమా = (పు) కాలము యొక్క మాహాత్మ్యము.

కాలజ్ఞః = (పు) జ్ఞాని - కోడి - జోస్యుఁడు.

కాలనేమిః = (పు) ఒకయసుర.

కాలయుక్తిః = (పు) అఱువది సంవత్సరములలో నొకటి.

కాలబలం = (న) కాలము యొక్క బలము

కాలశక్తిః = (స్త్రీ) కాలము యొక్క శక్తి.

కాలాయసః = (పు) ఇనుము.

కాలా = (స్త్రీ) నీలిచెట్టు.

కాలాగురుః = (పు) కృష్ణాగురువు.

కాలానుసార్యం = (న) ఊతిపువ్వు.

కాలాంతకః = (పు) శివుఁడు.

కాలాంతరం = (న) వేరు సమయము.

కాలాఞ్జనః = (పు) ఒక పర్వతము.

కాలాహిః = (పు) కృష్ణ సర్పము.

కాలానుకూల్యం = (న) కాలము యొక్క ఆనుకూల్యము.

కాలానుజః = (పు) శని.

కాలానుజా = (స్త్రీ) కాళింది.

కాలామ్బుదః = (పు) నల్లని మేఘము.

కాలాదర్శః = (పు) ఒక నిబంధన గ్రంథము.

కాలాగ్నిః = (పు) ప్రళయ కాలమునందలియగ్ని.

కాలాగ్రజః = (పు) మనువు.

అనుబంధం

www.ingramcontent.com/pod-product-compliance
Lightning Source LLC
LaVergne TN
LVHW100805051026
849519LV00006B/1980
* 9 7 8 9 3 9 2 9 6 8 6 0 0 *